The Streetwear Bible: Trends, Tips, and Tricks for Everyone

స్ట్రీట్‌వేర్ బైబిల్: ట్రెండ్స్, చిట్కాలు మరియు అందరికీ టిప్స్

Nishika

Copyright © [2023]

Author: Nishika

Title: The Streetwear Bible: Trends, Tips, and Tricks for Everyone

All rights reserved. No part of this publication may be reproduced or transmitted in any form or by any means, electronic or mechanical, including photocopying, recording, or any information storage and retrieval system, without prior written permission from the author.

This book is a self-published work by the author Nishika

ISBN:

TABLE OF CONTENTS

Chapter 1: Introduction to Streetwear   09

- Definition and history of streetwear
- Cultural influences and key figures
- The evolution of streetwear trends
- Why streetwear matters and its impact on fashion

Chapter 2: Streetwear Essentials for Everyone
17

- Building a foundational wardrobe: basics and must-have items
- Understanding silhouettes and proportions
- Essential footwear choices for different styles
- Layering and accessorizing for maximum impact
- Personalizing your look: individuality and self-expression

Chapter 3: Navigating the Streetwear Landscape 28

- Identifying different streetwear subcultures and their aesthetics
- Shopping for streetwear: online and offline resources
- Understanding quality and value in streetwear brands
- Avoiding counterfeits and supporting authentic brands
- Ethical considerations in the streetwear industry

Chapter 4: Mastering Streetwear Trends 38

- Identifying and understanding current trends
- Incorporating trends into your personal style
- Mixing vintage and contemporary pieces
- Avoiding common fashion faux pas
- Staying ahead of the curve: trend forecasting and research

Chapter 5: Streetwear for Every Occasion   48

- Dressing for different seasons and weather conditions
- Building outfits for work, school, and leisure activities
- Creating looks for special occasions: festivals, concerts, etc.
- Adapting streetwear to different body types and personal preferences
- Confidence and attitude: owning your streetwear style

Chapter 6: Beyond the Hype: The Future of Streetwear   58

- The evolving landscape of streetwear: collaborations, technology, and sustainability
- Streetwear's impact on other fashion sectors
- The future of streetwear: inclusivity, diversity, and social responsibility
- Leaving your mark on the streetwear community
- Final thoughts and inspiration

TABLE OF CONTENTS

అధ్యాయం 1: స్ట్రీట్‌వేర్ పరిచయం 09

- స్ట్రీట్‌వేర్ అంటే ఏమిటి? దాని చరిత్ర
- సాంస్కృతిక ప్రభావాలు మరియు కీలకమైన వ్యక్తులు
- స్ట్రీట్‌వేర్ ట్రెండ్‌ల పరిణామం
- స్ట్రీట్‌వేర్ ఎందుకు ముఖ్యమైనది? ఫ్యాషన్‌పై దాని ప్రభావం

అధ్యాయం 2: అందరికీ స్ట్రీట్‌వేర్ ప్రాథమికాలు 17

- బేసిక్స్ మరియు తప్పక వుండాల్సిన వస్తువులతో పునాది వార్డ్‌రోబ్ నిర్మాణం
- సిల్హౌట్లు మరియు ప్రొపోర్షన్‌లను అర్థం చేసుకోవడం
- వివిధ శైలులకు అవసరమైన ఫుట్‌వేర్ ఎంపికలు
- గరిష్ట ప్రభావం కోసం లేయరింగ్ మరియు యాక్సెసరీస్
- మీ లుక్‌ను వ్యక్తిగతీకరించడం: స్వీయ వ్యక్తీకరణ మరియు వ్యక్తిత్వం

అధ్యాయం 3: స్ట్రీట్‌వేర్ ప్రపంచాన్ని నేర్చుకోవడం 28

- వివిధ స్ట్రీట్‌వేర్ ఉప సంస్కృతులు మరియు వాటి సౌందర్యాల గుర్తింపు
- స్ట్రీట్‌వేర్ షాపింగ్: ఆన్‌లైన్ మరియు ఆఫ్‌లైన్ వనరులు
- స్ట్రీట్‌వేర్ బ్రాండ్లలో నాణ్యత మరియు విలువను అర్థం చేసుకోవడం
- నకిలీలను నివారించడం మరియు అసలైన బ్రాండ్లను సమర్ధించడం
- స్ట్రీట్‌వేర్ పరిశ్రమలో నీతిపరమైన పరిగణనలు

అధ్యాయం 4: స్ట్రీట్‌వేర్ ట్రెండ్లను నేర్చుకోవడం 38

- ప్రస్తుత ట్రెండ్ల గుర్తింపు మరియు అవగాహన
- మీ వ్యక్తిగత శైలిలో ట్రెండ్లను ఇంటిగ్రేట్ చేయడం
- విండేజ్ మరియు సమకాలీన ముక్కలను కలపడం
- సాధారణ ఫ్యాషన్ తప్పులను నివారించడం
- ముందుకు సాగడం: ట్రెండ్ ఫోర్కాస్టింగ్ మరియు పరిశోధన

అధ్యాయం 5: ప్రతి సందర్భానికి స్ట్రీట్‌వేర్ — 48

- వివిధ కాలాలు మరియు వాతావరణ పరిస్థితులకు డ్రెస్సింగ్
- పని, పాఠశాల మరియు వినోద కార్యకలాపాల కోసం దుస్తులు ఎంపిక
- ప్రత్యేక సందర్భాల కోసం లుక్స్ సృష్టించడం: పండుగలు, కచేరీలు మొదలైనవి
- వివిధ శరీర ఆకృతులు మరియు వ్యక్తిగత ప్రాధాన్యాలకు స్ట్రీట్‌వేర్‌ను అనుకూలీకరించడం
- ధైర్యం మరియు వైఖరి: మీ స్ట్రీట్‌వేర్ శైలిని స్వంతం చేసుకోవడం

అధ్యాయం 6: హైప్‌కి అతీతంగా: స్ట్రీట్‌వేర్ యొక్క భవిష్యత్తు — 58

- స్ట్రీట్‌వేర్ యొక్క పరిణామం: కలయికలు, టెక్నాలజీ మరియు
- సస్టెనబిలిటీ ఇతర ఫ్యాషన్ రంగాలపై స్ట్రీట్‌వేర్ యొక్క ప్రభావం
- స్ట్రీట్‌వేర్ యొక్క భవిష్యత్తు: సమ్మిళితత్వం, వైవిధ్యం మరియు
- సామాజిక బాధ్యత స్ట్రీట్‌వేర్ కమ్యూనిటీలో మీ ముద్ర వేయడం
- చివరి ఆలోచనలు మరియు స్ఫూర్తి

Chapter 1: Introduction to Streetwear
అధ్యాయం 1: స్ట్రీట్‌వేర్ పరిచయం

స్ట్రీట్‌వేర్ అంటే ఏమిటి? దాని చరిత్ర"

స్ట్రీట్‌వేర్ అనేది సంప్రదాయ ఫ్యాషన్ నుండి భిన్నమైన ఒక రకమైన దుస్తులను సూచిస్తుంది. ఇది సాధారణంగా హాఫ్‌జాకెట్లు, జీన్స్, బూట్‌లు మరియు టీ-షర్ట్‌లతో కూడి ఉంటుంది, ఇది సాంప్రదాయిక ఫ్యాషన్ కంటే మరింత సౌకర్యవంతంగా మరియు సులభంగా ధరించవచ్చు. స్ట్రీట్‌వేర్ యొక్క ప్రధాన లక్షణం దాని స్వీయ-ప్రకటన, ఇది ధరించే వ్యక్తి యొక్క వ్యక్తిత్వాన్ని మరియు అభిరుచులను ప్రతిబింబిస్తుంది.

స్ట్రీట్‌వేర్ యొక్క చరిత్ర

స్ట్రీట్‌వేర్ యొక్క చరిత్ర 1970లలో యునైటెడ్ స్టేట్స్‌లోని న్యూయార్క్ నగరంలో మొదలైంది. ఈ సమయంలో, హిప్-హాప్ సంస్కృతి పుట్టుకొచ్చింది మరియు ఇది స్ట్రీట్‌వేర్ యొక్క సృష్టిలో ప్రధాన పాత్ర పోషించింది. హిప్-హాప్ సంస్కృతి యొక్క ముఖ్య లక్షణాలలో ఒకటి స్వాతంత్ర్యం మరియు ప్రత్యేకత, ఇది స్ట్రీట్‌వేర్ యొక్క స్వీయ-ప్రకటన ధోరణికి దారితీసింది.

స్ట్రీట్‌వేర్ యొక్క ప్రారంభ సంవత్సరాలలో, ఇది హిప్-హాప్ సంస్కృతితో సంబంధం ఉన్న ఒక నిర్దిష్ట సమూహం ద్వారా ధరించబడింది. అయితే, 1980లలో, స్ట్రీట్‌వేర్ ప్రజాదరణ పొందడం ప్రారంభించింది మరియు ఇది వివిధ సామాజిక వర్గాల ప్రజలచే ధరించబడింది.

స్ట్రీట్‌వేర్ యొక్క ప్రజాదరణ పెరగడానికి అనేక కారణాలు ఉన్నాయి. ఒక కారణం ఏమిటంటే, ఇది సాంప్రదాయ ఫ్యాషన్ కంటే మరింత అందుబాటులో ఉంటుంది. మరొక కారణం ఏమిటంటే, ఇది సాంప్రదాయ ఫ్యాషన్ కంటే మరింత వైవిధ్యంగా ఉంటుంది. స్ట్రీట్‌వేర్ యొక్క ప్రజాదరణ పెరగడంతో, అనేక ప్రముఖ ఫ్యాషన్ బ్రాండ్లు స్ట్రీట్‌వేర్ లైన్లను ప్రారంభించాయి.

స్ట్రీట్‌వేర్ యొక్క ప్రస్తుత స్థితి

స్ట్రీట్‌వేర్ ప్రస్తుతం ప్రపంచవ్యాప్తంగా అత్యంత ప్రజాదరణ పొందిన ఫ్యాషన్ శైలులలో ఒకటి. ఇది వివిధ వయస్సుల మరియు సామాజిక వర్గాల ప్రజలచే ధరించబడుతుంది. స్ట్రీట్‌వేర్ యొక్క ప్రజాదరణ కొనసాగడానికి అనేక కారణాలు ఉన్నాయి. ఒక కారణం ఏమిటంటే, ఇది సౌకర్యవంతంగా ఉంటుంది మరియు వ్యక్తిగత ప్రకటనను అనుమతిస్తుంది.

స్ట్రీట్‌వేర్ యొక్క సాంస్కృతిక ప్రభావాలు మరియు కీలకమైన వ్యక్తులు

స్ట్రీట్‌వేర్ అనేది ఒక ఫ్యాషన్ శైలి, ఇది సంప్రదాయ ఫ్యాషన్ నుండి భిన్నంగా ఉంటుంది. ఇది సాధారణంగా హాఫ్‌జాకెట్లు, జీన్స్, బూట్లు మరియు టీ-షర్ట్‌లతో కూడి ఉంటుంది, ఇది సాంప్రదాయిక ఫ్యాషన్ కంటే మరింత సౌకర్యవంతంగా మరియు సులభంగా ధరించవచ్చు. స్ట్రీట్‌వేర్ యొక్క ప్రధాన లక్షణం దాని స్వీయ-ప్రకటన, ఇది ధరించే వ్యక్తి యొక్క వ్యక్తిత్వాన్ని మరియు అభిరుచులను ప్రతిబింబిస్తుంది.

స్ట్రీట్‌వేర్ యొక్క సాంస్కృతిక ప్రభావాలు చాలా విస్తారమైనవి. ఇది సంగీతం, సినిమా, టెలివిజన్ మరియు కళ వంటి అనేక రంగాలపై ప్రభావం చూపింది.

స్ట్రీట్‌వేర్‌పై సంగీతం యొక్క ప్రభావం

స్ట్రీట్‌వేర్ యొక్క అభివృద్ధిలో సంగీతం ఒక ముఖ్యమైన పాత్ర పోషించింది. 1970లలో, హిప్-హాప్ సంస్కృతి పుట్టుకొచ్చింది మరియు ఇది స్ట్రీట్‌వేర్ యొక్క సృష్టిలో ప్రధాన పాత్ర పోషించింది. హిప్-హాప్ సంగీతం యొక్క ముఖ్య లక్షణాలలో ఒకటి స్వాతంత్ర్యం మరియు ప్రత్యేకత, ఇది స్ట్రీట్‌వేర్ యొక్క స్వీయ-ప్రకటన ధోరణికి దారితీసింది.

హిప్-హాప్ సంగీతకారులు తరచుగా స్ట్రీట్‌వేర్ దుస్తులను ధరిస్తారు. వారి దుస్తులు వారి సంస్కృతి మరియు విలువలను ప్రతిబింబిస్తాయి. హిప్-హాప్ సంగీతం ప్రపంచవ్యాప్తంగా ప్రజాదరణ పొందినప్పుడు, స్ట్రీట్‌వేర్ కూడా ప్రజాదరణ పొందింది.

స్ట్రీట్‌వేర్‌పై సినిమా మరియు టెలివిజన్ యొక్క ప్రభావం

సినిమా మరియు టెలివిజన్ కూడా స్ట్రీట్‌వేర్‌పై ప్రభావం చూపాయి. అనేక సినిమాలు మరియు టెలివిజన్ షోలు స్ట్రీట్‌వేర్ దుస్తులను ధరించే పాత్రలను కలిగి ఉంటాయి. ఈ పాత్రలు స్ట్రీట్‌వేర్ యొక్క సౌకర్యం మరియు స్వీయ-ప్రకటన లక్షణాలను ప్రజాదరణ పొందించడంలో సహాయపడ్డాయి.

స్ట్రీట్‌వేర్ ట్రెండ్‌ల పరిణామం

స్ట్రీట్‌వేర్ అనేది ఒక ఫ్యాషన్ శైలి, ఇది సంప్రదాయ ఫ్యాషన్ నుండి భిన్నంగా ఉంటుంది. ఇది సాధారణంగా హాఫ్‌జాకెట్లు, జీన్స్, బూట్‌లు మరియు టీ-షర్ట్‌లతో కూడి ఉంటుంది, ఇది సాంప్రదాయిక ఫ్యాషన్ కంటే మరింత సౌకర్యవంతంగా మరియు సులభంగా ధరించవచ్చు. స్ట్రీట్‌వేర్ యొక్క ప్రధాన లక్షణం దాని స్వీయ-ప్రకటన, ఇది ధరించే వ్యక్తి యొక్క వ్యక్తిత్వాన్ని మరియు అభిరుచులను ప్రతిబింబిస్తుంది.

స్ట్రీట్‌వేర్ ట్రెండ్‌లు నిరంతరం మారుతూ ఉంటాయి. కొత్త ట్రెండ్‌లు ఉద్భవిస్తాయి మరియు పాత ట్రెండ్‌లు అదృశ్యమవుతాయి. స్ట్రీట్‌వేర్ ట్రెండ్‌ల పరిణామాన్ని అనేక అంశాలు ప్రభావితం చేస్తాయి, వీటిలో సంగీతం, సినిమా, టెలివిజన్, కళ మరియు కొత్త సాంకేతికతలు ఉన్నాయి.

స్ట్రీట్‌వేర్ యొక్క ప్రారంభ సంవత్సరాలు

స్ట్రీట్‌వేర్ యొక్క చరిత్ర 1970లలో యునైటెడ్ స్టేట్స్‌లోని న్యూయార్క్ నగరంలో మొదలైంది. ఈ సమయంలో, హిప్-హాప్ సంస్కృతి పుట్టుకొచ్చింది మరియు ఇది స్ట్రీట్‌వేర్ యొక్క సృష్టిలో ప్రధాన పాత్ర పోషించింది. హిప్-హాప్ సంస్కృతి యొక్క ముఖ్య లక్షణాలలో ఒకటి స్వాతంత్ర్యం మరియు ప్రత్యేకత, ఇది స్ట్రీట్‌వేర్ యొక్క స్వీయ-ప్రకటన ధోరణికి దారితీసింది.

స్ట్రీట్‌వేర్ యొక్క ప్రారంభ సంవత్సరాలలో, ఇది హిప్-హాప్ సంస్కృతితో సంబంధం ఉన్న ఒక నిర్దిష్ట సమూహం ద్వారా ధరించబడింది. అయితే, 1980లలో, స్ట్రీట్‌వేర్ ప్రజాదరణ

పొందడం ప్రారంభించింది మరియు ఇది వివిధ సామాజిక వర్గాల ప్రజలచే ధరించబడింది.

స్ట్రీట్‌వేర్ యొక్క ప్రముఖ ట్రెండ్లు

స్ట్రీట్‌వేర్ యొక్క కొన్ని ప్రముఖ ట్రెండ్లు క్రింది విధంగా ఉన్నాయి:

- స్పోర్ట్‌వేర్: స్పోర్ట్‌వేర్ అనేది క్రీడల నుండి ప్రేరణ పొందిన దుస్తులు. ఇది సాధారణంగా జీన్స్, టీ-షర్ట్లు మరియు జెర్సీలతో కూడి ఉంటుంది.
- కళ: కళ అనేది స్ట్రీట్‌వేర్‌లో ఒక ప్రధాన ట్రెండ్. దుస్తులపై కళాకారుల చిత్రాలు మరియు ప్రతిమలు సాధారణంగా కనిపిస్తాయి.

స్ట్రీట్‌వేర్ ఎందుకు ముఖ్యమైనది? ఫ్యాషన్‌పై దాని ప్రభావం

స్ట్రీట్‌వేర్ అనేది ఒక ఫ్యాషన్ శైలి, ఇది సంప్రదాయ ఫ్యాషన్ నుండి భిన్నంగా ఉంటుంది. ఇది సాధారణంగా హాఫ్‌జాకెట్లు, జీన్స్, బూట్‌లు మరియు టీ-షర్ట్‌లతో కూడి ఉంటుంది, ఇది సాంప్రదాయిక ఫ్యాషన్ కంటే మరింత సౌకర్యవంతంగా మరియు సులభంగా ధరించవచ్చు. స్ట్రీట్‌వేర్ యొక్క ప్రధాన లక్షణం దాని స్వీయ-ప్రకటన, ఇది ధరించే వ్యక్తి యొక్క వ్యక్తిత్వాన్ని మరియు అభిరుచులను ప్రతిబింబిస్తుంది.

స్ట్రీట్‌వేర్ ముఖ్యమైనది ఎందుకంటే ఇది ఫ్యాషన్‌ను మరింత సామూహికంగా మరియు అందుబాటులోకి తెచ్చింది. స్ట్రీట్‌వేర్ సాధారణంగా సాంప్రదాయిక ఫ్యాషన్ కంటే తక్కువ ఖరీదైనది మరియు ఇది వివిధ సామాజిక వర్గాల ప్రజలచే ధరించబడుతుంది. ఇది ఫ్యాషన్‌ను మరింత సామర్థ్యం మరియు సామాజికంగా అనుకూలంగా మార్చడంలో సహాయపడింది.

స్ట్రీట్‌వేర్ ఫ్యాషన్‌పై కూడా గణనీయమైన ప్రభావాన్ని చూపింది. స్ట్రీట్‌వేర్ ట్రెండ్‌లు తరచుగా ప్రధాన ఫ్యాషన్ బ్రాండ్‌లచే గుర్తించబడతాయి మరియు అనుసరించబడతాయి. ఉదాహరణకు, స్పోర్ట్‌వేర్ అనేది 1980లలో స్ట్రీట్‌వేర్ నుండి ప్రేరణ పొందిన ఒక ముఖ్యమైన ట్రెండ్. ఈ ట్రెండ్ తరువాత ప్రధాన ఫ్యాషన్ బ్రాండ్‌లచే స్వీకరించబడింది మరియు ఇప్పుడు ప్రపంచవ్యాప్తంగా ప్రజాదరణ పొందింది.

స్ట్రీట్‌వేర్ ఫ్యాషన్‌పై కలిగి ఉన్న కొన్ని ప్రధాన ప్రభావాలు ఇక్కడ ఉన్నాయి:

- సౌకర్యం: స్ట్రీట్‌వేర్ సాధారణంగా సౌకర్యవంతంగా ఉంటుంది మరియు ధరించడానికి సులభం. ఇది ఫ్యాషన్‌ను మరింత ఆచరణీయంగా మరియు స్థిరంగా మార్చడంలో సహాయపడింది.

- వైవిధ్యం: స్ట్రీట్‌వేర్ వివిధ సంస్కృతులు మరియు జనాభా సమూహాల నుండి ప్రేరణ పొందుతుంది. ఇది ఫ్యాషన్‌ను మరింత వైవిధ్యంగా మరియు సహనంతో మార్చడంలో సహాయపడింది.

- స్వీయ-ప్రకటన: స్ట్రీట్‌వేర్ ధరించే వ్యక్తి యొక్క వ్యక్తిత్వాన్ని మరియు అభిరుచులను ప్రతిబింబిస్తుంది. ఇది ఫ్యాషన్‌ను మరింత వ్యక్తిగతమైన మరియు స్వీయ-ప్రకటనగా మార్చడంలో సహాయపడింది.

Chapter 2: Streetwear Essentials for Everyone
అధ్యాయం 2: అందరికీ స్ట్రీట్‌వేర్ ప్రాథమికాలు

బేసిక్స్ మరియు తప్పక వుండాల్సిన వస్తువులతో పునాది వార్డ్రోబ్ నిర్మాణం

ఒక మంచి వార్డ్రోబ్ అనేది మనకు ఎల్లప్పుడూ కావలసిన దుస్తులను కలిగి ఉంటుంది. ఇది మన వ్యక్తిత్వాన్ని ప్రతిబింబిస్తుంది మరియు మనం ఎక్కడికి వెళ్ళినా మనకు సౌకర్యంగా ఉంటుంది.

ఒక బలమైన పునాదితో ప్రారంభించడం ముఖ్యం. ఇది మీరు మీ వార్డ్రోబ్‌లో జోడించే కొత్త దుస్తులతో సమన్వయం సాధించడంలో మీకు సహాయపడుతుంది.

బేసిక్స్

బేసిక్స్ అనేవి మీరు ఎల్లప్పుడూ కలిగి ఉండవలసిన కొన్ని ముఖ్యమైన దుస్తులు. అవి సాధారణంగా శైలిలో నాణ్యమైనవి మరియు అనేక సందర్భాలకు సరిపోతాయి.

బేసిక్స్ కోసం కొన్ని ఉదాహరణలు:

- శుభ్రమైన, సరళమైన నలుపు స్కర్ట్ లేదా ప్యాంట్
- ఒక శుభ్రమైన, సరళమైన తెల్లని బ్లౌజ్ లేదా టోపీ
- ఒక శుభ్రమైన, సరళమైన డ్రెస్
- ఒక జత నలుపు షూలు

తప్పక వుండాల్సిన వస్తువులు

తప్పక వుండాల్సిన వస్తువులు అనేవి మీరు ప్రతిరోజూ ఉపయోగించే కొన్ని ముఖ్యమైన దుస్తులు. అవి సాధారణంగా మీ ప్రాథమిక దుస్తులతో సరిపోతాయి మరియు మీకు సౌకర్యంగా ఉంటాయి.

తప్పక వుండాల్సిన వస్తువుల కోసం కొన్ని ఉదాహరణలు:

- ఒక జత జీన్స్
- ఒక జత టీ-షర్ట్లు
- ఒక జత క్యాజువల్ షూలు
- ఒక జత స్వెట్టర్లు లేదా జాకెట్లు

మీ వ్యక్తిత్వాన్ని ప్రతిబింబించే దుస్తులను ఎంచుకోండి

మీరు మీ వార్డ్రోబ్‌లో జోడించే దుస్తులను ఎంచుకునేటప్పుడు, మీ వ్యక్తిత్వాన్ని ప్రతిబింబించే దుస్తులను ఎంచుకోవడం ముఖ్యం. మీరు ఎలాంటి శైలిని ఇష్టపడతారు? మీరు ఎలాంటి భావాలను ప్రదర్శించాలనుకుంటున్నారు?

మీ వ్యక్తిత్వాన్ని ప్రతిబింబించే దుస్తులను ఎంచుకోవడం వల్ల మీరు మీ వార్డ్రోబ్‌లో మరింత ఆత్మవిశ్వాసంతో మరియు సౌకర్యంగా భావిస్తారు.

మీ శరీర రకాన్ని పరిగణించండి

మీరు మీ వార్డ్రోబ్‌లో జోడించే దుస్తులను ఎంచుకునేటప్పుడు, మీ శరీర రకాన్ని పరిగణించడం కూడా ముఖ్యం. మీకు ఏమి

బాగా కనిపిస్తుంది? మీరు ఏమింటిని మరింత హైలైట్ చేయాలనుకుంటున్నారు?

సిల్హౌట్లు మరియు ప్రొపోర్షన్‌లను అర్థం చేసుకోవడం

సిల్హౌట్ మరియు ప్రొపోర్షన్‌లు దుస్తుల శైలిని చాలా ప్రభావితం చేస్తాయి. మీరు సిల్హౌట్లు మరియు ప్రొపోర్షన్‌లను ఎలా ఉపయోగించాలో తెలుసుకుంటే, మీరు మీ శరీరాన్ని మరింత ఆకర్షణీయంగా చూపించవచ్చు.

సిల్హౌట్లు

సిల్హౌట్ అనేది దుస్తుల యొక్క సాధారణ ఆకారం. ఇది మీ శరీరాన్ని ఎలా చూపిస్తుందో నిర్ణయిస్తుంది.

అక్కడ అనేక రకాల సిల్హౌట్‌లు ఉన్నాయి, వీటిలో:

- అమెరికన్ సిల్హౌట్: ఇది ఒక స్త్రీ సిల్హౌట్, ఇది సన్నని నడుము మరియు విస్తృత తుంటిని కలిగి ఉంటుంది. ఇది చాలా స్త్రీలింగమైన మరియు అధికారికంగా కనిపిస్తుంది.

- యూరోపియన్ సిల్హౌట్: ఇది ఒక స్త్రీ సిల్హౌట్, ఇది స్థిరమైన నడుము మరియు సమానంగా విస్తృతమైన భుజాలు మరియు తుంటిని కలిగి ఉంటుంది. ఇది సాధారణంగా మరింత అధునాతనమైన మరియు క్లాసిక్‌గా కనిపిస్తుంది.

- స్ట్రెచ్ సిల్హౌట్: ఇది ఒక స్త్రీ సిల్హౌట్, ఇది సన్నని శరీరాన్ని కలిగి ఉంటుంది. ఇది చాలా సౌకర్యవంతంగా మరియు సాధారణంగా కనిపిస్తుంది.

- అవరోహణ సిల్హౌట్: ఇది ఒక స్త్రీ సిల్హౌట్, ఇది నడుము నుండి కిందకు విస్తరిస్తుంది. ఇది చాలా ఆకర్షణీయంగా మరియు సాధారణంగా కనిపిస్తుంది.

- ఎలిప్టిక్ సిల్హౌట్: ఇది ఒక స్త్రీ సిల్హౌట్, ఇది తుంటి వద్ద విస్తరిస్తుంది. ఇది చాలా స్త్రీలింగమైన మరియు సాధారణంగా కనిపిస్తుంది.

మీ శరీర రకానికి అనుగుణమైన సిల్హౌట్‌ను ఎంచుకోవడం ముఖ్యం. మీరు ఏమింటిని హైలైట్ చేయాలనుకుంటున్నారు మరియు ఏమింటిని దాచాలనుకుంటున్నారో పరిగణించండి.

ఉదాహరణకు, మీకు చిన్న తుంటి ఉంటే, మీరు దానిని హైలైట్ చేయడానికి అవరోహణ సిల్హౌట్ను ఎంచుకోవచ్చు. మీకు లావైన తుంటి ఉంటే, మీరు దానిని దాచడానికి ఎలిప్టిక్ సిల్హౌట్ను ఎంచుకోవచ్చు.

వివిధ శైలులకు అవసరమైన ఫుట్‌వేర్ ఎంపికలు

ఫుట్‌వేర్ మీ దుస్తులను పూర్తి చేయడానికి మరియు మీ శైలిని వ్యక్తపరచడానికి ఒక ముఖ్యమైన భాగం. మీరు వివిధ సందర్భాలకు మరియు శైలులకు సరిపోయే ఫుట్‌వేర్‌ను కలిగి ఉండటం ముఖ్యం.

క్యాజువల్ ఫుట్‌వేర్

క్యాజువల్ ఫుట్‌వేర్ అనేది ప్రతిరోజూ ఉపయోగించడానికి మరియు విశ్రాంతి తీసుకోవడానికి సౌకర్యవంతమైనది. క్యాజువల్ ఫుట్‌వేర్ కోసం కొన్ని ఎంపికలు:

- జీన్స్: జీన్స్ అనేది ఒక సర్వకాలిక క్యాజువల్ ఫుట్‌వేర్ ఎంపిక. అవి సౌకర్యవంతంగా ఉంటాయి మరియు అనేక రకాల దుస్తులకు సరిపోతాయి.

- స్నీకర్లు: స్నీకర్లు మరొక ప్రజాదరణ పొందిన క్యాజువల్ ఫుట్‌వేర్ ఎంపిక. అవి సౌకర్యవంతంగా ఉంటాయి మరియు వివిధ సందర్భాలకు సరిపోతాయి.

- కప్పల్స్: కప్పల్స్ అనేవి సౌకర్యవంతమైన మరియు శైలిలో ఉన్న క్యాజువల్ ఫుట్‌వేర్ ఎంపిక. అవి అనేక రకాల దుస్తులకు సరిపోతాయి.

- క్యాసియోల్స్: క్యాసియోల్స్ అనేవి సౌకర్యవంతమైన మరియు శైలిలో ఉన్న క్యాజువల్ ఫుట్‌వేర్ ఎంపిక. అవి అనేక రకాల దుస్తులకు సరిపోతాయి.

కోర్సర్ ఫుట్‌వేర్

కోర్సర్ ఫుట్‌వేర్ అనేది మీరు క్రీడలు ఆడటానికి లేదా వ్యాయామం చేయడానికి ఉపయోగించే ఫుట్‌వేర్. కోర్సర్ ఫుట్‌వేర్ కోసం కొన్ని ఎంపికలు:

- జిమ్మిక్స్: జిమ్మిక్స్ అనేవి క్రీడలు ఆడటానికి లేదా వ్యాయామం చేయడానికి ఉపయోగించే సౌకర్యవంతమైన మరియు మద్దతు ఇచ్చే ఫుట్‌వేర్.

- స్నీకర్లు: స్నీకర్లు కూడా క్రీడలు ఆడటానికి లేదా వ్యాయామం చేయడానికి ఉపయోగించే సౌకర్యవంతమైన మరియు మద్దతు ఇచ్చే ఫుట్‌వేర్.

గరిష్ట ప్రభావం కోసం లేయరింగ్ మరియు యాక్సెసరీస్

లేయరింగ్ మరియు యాక్సెసరీస్ అనేవి మీ దుస్తులను మరింత శైలియుతంగా మరియు ఆకర్షణీయంగా చేయడానికి గొప్ప మార్గాలు. అవి మీ శరీర రకాన్ని ప్రశంసించడానికి, మీ శైలిని వ్యక్తపరచడానికి మరియు మీ మొత్తం రూపాన్ని మెరుగుపరచడానికి సహాయపడతాయి.

లేయరింగ్

లేయరింగ్ అనేది వివిధ పొరలను ఒకదానితో ఒకటి ధరించడం. ఇది మీ దుస్తులకు మరింత ఆకృతిని మరియు లోతును ఇస్తుంది మరియు మీ శరీర రకాన్ని ప్రశంసించడానికి మీకు అనుమతిస్తుంది.

లేయరింగ్‌ను ప్రారంభించడానికి కొన్ని చిట్కాలు ఇక్కడ ఉన్నాయి:

- మీ శరీర రకాన్ని పరిగణించండి. మీరు చిన్నదిగా ఉంటే, మీరు మీ శరీరాన్ని పొడవుగా చేయడానికి పొడవైన పొరలను ఉపయోగించాలనుకోవచ్చు. మీరు పెద్దగా ఉంటే, మీరు మీ శరీరాన్ని సన్నగా చేయడానికి తేలికపాటి పొరలను ఉపయోగించాలనుకోవచ్చు.
- రంగులను కలిపండి. విభిన్న రంగుల్లోని పొరలను కలిపితే మీరు మరింత ఆకర్షణీయంగా కనిపిస్తారు.
- విభిన్న నిర్మాణాలను కలిపండి. మృదువైన మరియు కఠినమైన పదార్థాలను కలిపితే మీ దుస్తులకు మరింత డైనమిక్ లుక్ ఇవ్వవచ్చు.

యాక్సెసరీస్

యాక్సెసరీస్ అనేవి మీ దుస్తులను పూర్తి చేయడానికి మరియు మీ శైలిని వ్యక్తపరచడానికి గొప్ప మార్గాలు. అవి మీ మొత్తం రూపాన్ని మెరుగుపరచడానికి మరియు మీకు ఒక ప్రత్యేకమైన అనుభూతిని ఇవ్వడానికి సహాయపడతాయి.

యాక్సెసరీస్‌ను ఎంచుకోవడానికి కొన్ని చిట్కాలు ఇక్కడ ఉన్నాయి:

- మీ శైలిని పరిగణించండి. మీరు క్లాసిక్ లుక్‌ను కోరుకుంటే, మీరు సాంప్రదాయ యాక్సెసరీస్‌ను ఎంచుకోవచ్చు. మీరు మరింత ఆధునిక లుక్‌ను కోరుకుంటే, మీరు మరింత అవాంట్-గార్డ్ యాక్సెసరీస్‌ను ఎంచుకోవచ్చు.
- మీ దుస్తుల రంగు మరియు నిర్మాణంతో యాక్సెసరీస్‌ను జత చేయండి. ఇది మీ దుస్తులను మరింత సమగ్రంగా కనిపించేలా చేస్తుంది.

మీ లుక్‌ను వ్యక్తిగతీకరించడం: స్వీయ వ్యక్తీకరణ మరియు వ్యక్తిత్వం

మీ లుక్‌ను వ్యక్తిగతీకరించడం అనేది మీ వ్యక్తిత్వాన్ని ప్రపంచానికి తెలియజేయడానికి ఒక గొప్ప మార్గం. మీరు ఏమి ధరించారో మీరు ఎలా అనుభూతి చెందుతున్నారో మరియు మీరు ఎవరో ప్రతిబింబిస్తుంది.

మీ శైలిని కనుగొనండి

మీ లుక్‌ను వ్యక్తిగతీకరించడం ప్రారంభించడానికి, మీరు ముందుగా మీ శైలిని కనుగొనవలసి ఉంటుంది. మీరు ఏమి ఇష్టపడతారు? మీరు ఎలాంటి భావాలను ప్రదర్శించాలనుకుంటున్నారు?

మీరు మీ శైలిని కనుగొనడానికి కొన్ని మార్గాలు ఇక్కడ ఉన్నాయి:

- మీరు ఇష్టపడే వ్యక్తులను గమనించండి. మీరు ఏ దుస్తులను ప్రశంసిస్తారు? వారి శైలి మీకు ఎలా ప్రభావితం చేస్తుంది?
- ఇతర వారి శైలి నుండి ప్రేరణ పొందండి. మీరు ఏ ఫ్యాషన్ ట్రెండ్‌లను ఇష్టపడతారు? మీరు ఏ శైలులను ప్రయత్నించాలనుకుంటున్నారు?
- మీ శరీర రకాన్ని పరిగణించండి. మీకు ఏ దుస్తులు బాగా కనిపిస్తాయి? మీరు ఏ శైలులను దాచాలనుకుంటున్నారు?

మీరు ఎవరో ప్రతిబింబించండి

మీ లుక్ ను వ్యక్తిగతీకరించడంలో ముఖ్యమైన విషయం ఏమిటంటే, అది మీరు ఎవరో ప్రతిబింబిస్తుంది. మీరు మీ శరీరాన్ని ప్రశంసించడానికి మరియు మీ స్వంత ప్రత్యేకమైన శైలిని కనుగొనడానికి దుస్తులను ఉపయోగించాలి.

మీ లుక్ ను వ్యక్తిగతీకరించడానికి కొన్ని మార్గాలు ఇక్కడ ఉన్నాయి:

- రంగులను ఉపయోగించండి. రంగు మీ శైలిలో ఒక గొప్ప పాత్ర పోషిస్తుంది. మీరు మీరు ఎలా అనుభూతి చెందుతున్నారో మరియు మీరు ఎవరో ప్రతిబింబించే రంగులను ఎంచుకోండి.

- ప్రింట్లను ఉపయోగించండి. ప్రింట్లు మీ లుక్ కు ఆకర్షణీయమైన టచ్ ను జోడించడానికి గొప్ప మార్గం. మీకు ఇష్టమైన ప్రింట్లను ఎంచుకోండి మరియు వాటిని మీ శైలిలో ఆడండి.

- యాక్సెసరీస్ ను ఉపయోగించండి. యాక్సెసరీస్ మీ లుక్ ను మరింత వ్యక్తిగతీకరించడానికి గొప్ప మార్గం. మీకు ఇష్టమైన హెయిర్ అలంకరణలు, బ్యాగులు, మరియు నగలు వంటి యాక్సెసరీస్ ను ఎంచుకోండి.

Chapter 3: Navigating the Streetwear Landscape
అధ్యాయం 3: స్ట్రీట్‌వేర్ ప్రపంచాన్ని నేర్చుకోవడం

వివిధ స్ట్రీట్‌వేర్ ఉప సంస్కృతులు మరియు వాటి సౌందర్యాల గుర్తింపు

స్ట్రీట్‌వేర్ అనేది ఒక రకమైన సంగీతం, ఇది సాధారణంగా నగరాలలో ఉద్భవిస్తుంది. ఇది తరచుగా హిప్ హాప్, డబ్‌స్టెప్, టెక్నో మరియు రేవ్ వంటి సంగీత శైలులను కలిగి ఉంటుంది. స్ట్రీట్‌వేర్ ఉప సంస్కృతులు అనేవి ఈ సంగీతాన్ని వినే మరియు ఆస్వాదించే వ్యక్తుల సమూహాలు. ఈ ఉప సంస్కృతులు తరచుగా స్వతంత్రంగా ఉంటాయి మరియు వాటి స్వంత నియమాలు మరియు సంప్రదాయాలను కలిగి ఉంటాయి.

వివిధ స్ట్రీట్‌వేర్ ఉప సంస్కృతులు

ప్రపంచవ్యాప్తంగా అనేక రకాల స్ట్రీట్‌వేర్ ఉప సంస్కృతులు ఉన్నాయి. వాటిలో కొన్ని:

- హిప్ హాప్ ఉప సంస్కృతి: హిప్ హాప్ అనేది స్ట్రీట్‌వేర్ సంగీతంలో అత్యంత ప్రాచుర్యం పొందిన శైలి. ఇది తరచుగా రాప్, బీట్ బ్రేకింగ్ మరియు గ్రాఫిటీ వంటి సంస్కృతిక అంశాలతో ముడిపడి ఉంటుంది.

- డబ్‌స్టెప్ ఉప సంస్కృతి: డబ్‌స్టెప్ అనేది ఒక రకమైన ఎలక్ట్రానిక్ సంగీతం, ఇది తరచుగా వేగవంతమైన లయలు మరియు లోతైన బాస్‌ను కలిగి ఉంటుంది. ఇది తరచుగా రాత్రిపూట క్లబ్‌లలో ప్రదర్శించబడుతుంది.

- టెక్నో ఉప సంస్కృతి: టెక్నో అనేది మరొక రకమైన ఎలక్ట్రానిక్ సంగీతం, ఇది తరచుగా సాధారణమైన లయలు మరియు పునరావృతమయ్యే శబ్దాలను కలిగి ఉంటుంది. ఇది తరచుగా రేవ్ పార్టీలలో ప్రదర్శించబడుతుంది.
- రేవ్ ఉప సంస్కృతి: రేవ్ అనేది ఒక రకమైన రాత్రి జీవిత సంస్కృతి, ఇది తరచుగా టెక్నో మరియు ఇతర ఎలక్ట్రానిక్ సంగీతాలను కలిగి ఉంటుంది. రేవ్ పార్టీలు తరచుగా రాత్రిపూట నిర్వహించబడతాయి మరియు సాధారణంగా రంగురంగుల లైటింగ్ మరియు ధ్వని వ్యవస్థలను ఉపయోగిస్తాయి.

స్ట్రీట్‌వేర్ ఉప సంస్కృతుల సౌందర్యం

స్ట్రీట్‌వేర్ ఉప సంస్కృతులకు వాటి స్వంత ప్రత్యేకమైన సౌందర్యం ఉంది. ఈ సౌందర్యం తరచుగా స్వేచ్ఛ, స్వీయ-ప్రకటన మరియు సామూహికతను ప్రతిబింబిస్తుంది.

స్ట్రీట్‌వేర్ షాపింగ్: ఆన్‌లైన్ మరియు ఆఫ్‌లైన్ వనరులు

స్ట్రీట్‌వేర్ అనేది ఒక రకమైన ఫ్యాషన్, ఇది తరచుగా హిప్ హాప్, డబ్‌స్టెప్, టెక్నో మరియు రేవ్ వంటి సంగీత శైలులతో ముడిపడి ఉంటుంది. ఇది సాధారణంగా సృజనాత్మకమైన, వినూత్నమైన మరియు స్వీయ-ప్రకటనకు అనుకూలమైన ఫ్యాషన్ శైలిగా పరిగణించబడుతుంది.

స్ట్రీట్‌వేర్ షాపింగ్ అనేది ఈ శైలిలో దుస్తులు, షూలు మరియు ఆభరణాలు కనుగొనే ప్రక్రియ. ఇది ఆన్‌లైన్‌లో లేదా ఆఫ్‌లైన్‌లో చేయవచ్చు.

ఆన్‌లైన్ స్ట్రీట్‌వేర్ షాపింగ్

ఆన్‌లైన్ స్ట్రీట్‌వేర్ షాపింగ్ అనేది ఈ శైలిలో దుస్తులు, షూలు మరియు ఆభరణాలు కనుగొనడానికి ఒక సౌకర్యవంతమైన మరియు సమయాన్ని ఆదా చేసే మార్గం. ఆన్‌లైన్‌లో అనేక స్ట్రీట్‌వేర్ బ్రాండ్‌లు మరియు వ్యాపారాలు అందుబాటులో ఉన్నాయి, ఇవి వివిధ ధరల శ్రేణులలో ఉత్పత్తులను అందిస్తాయి.

ఆన్‌లైన్ స్ట్రీట్‌వేర్ షాపింగ్‌లో పాల్గొనడానికి, మీరు మొదట మీకు నచ్చిన బ్రాండ్‌లు మరియు వ్యాపారాలను కనుగొనాలి. మీరు ఇంటర్నెట్‌లో శోధించడం ద్వారా, మీ స్నేహితుల నుండి సిఫార్సులు పొందడం ద్వారా లేదా స్ట్రీట్‌వేర్ బ్లాగులు మరియు సోషల్ మీడియా పేజీలను అనుసరించడం ద్వారా ఇది చేయవచ్చు.

మీకు నచ్చిన బ్రాండ్‌లు మరియు వ్యాపారాలను కనుగొన్న తర్వాత, మీరు వారి వెబ్‌సైట్‌లను సందర్శించవచ్చు లేదా

వారి షాప్‌లను ఆన్‌లైన్‌లో సందర్శించవచ్చు. దుస్తులు, షూలు మరియు ఆభరణాల యొక్క చిత్రాలు, వివరాలు మరియు ధరలను మీరు చూడవచ్చు. మీరు మీకు నచ్చిన ఉత్పత్తులను కొనుగోలు చేయడానికి మీరు క్రెడిట్ కార్డు లేదా ఇతర ఆన్‌లైన్ చెల్లింపు విధానాన్ని ఉపయోగించవచ్చు.

ఆన్‌లైన్ స్ట్రీట్‌వేర్ షాపింగ్‌లో కొన్ని చిట్కాలు:

- మీరు కొనుగోలు చేయడానికి ముందు ఉత్పత్తుల యొక్క సమీక్షలను చదవండి. ఇది ఉత్పత్తుల నాణ్యత మరియు సరిపోయేటప్పుడు మీకు తెలియజేస్తుంది.

స్ట్రీట్‌వేర్ బ్రాండ్‌లలో నాణ్యత మరియు విలువను అర్థం చేసుకోవడం

స్ట్రీట్‌వేర్ అనేది ఒక రకమైన ఫ్యాషన్, ఇది తరచుగా హిప్ హాప్, డబ్‌స్టెప్, టెక్నో మరియు రేవ్ వంటి సంగీత శైలులతో ముడిపడి ఉంటుంది. ఇది సాధారణంగా సృజనాత్మకమైన, వినూత్నమైన మరియు స్వీయ-ప్రకటనకు అనుకూలమైన ఫ్యాషన్ శైలిగా పరిగణించబడుతుంది.

స్ట్రీట్‌వేర్ బ్రాండ్‌లు అనేవి ఈ శైలిలో దుస్తులు, షూలు మరియు ఆభరణాలను రూపొందించే మరియు విక్రయించే కంపెనీలు. ఈ బ్రాండ్‌లు వివిధ ధరల శ్రేణులలో ఉత్పత్తులను అందిస్తాయి.

స్ట్రీట్‌వేర్ బ్రాండ్‌ల నుండి ఉత్పత్తులను కొనుగోలు చేసేటప్పుడు, నాణ్యత మరియు విలువను పరిగణించడం ముఖ్యం. నాణ్యమైన ఉత్పత్తులు మరింత కాలం ఉంటాయి మరియు మంచిగా కనిపిస్తాయి. విలువైన ఉత్పత్తులు మీరు వాటి కోసం చెల్లించే ధరకు అనుగుణంగా ఉంటాయి.

స్ట్రీట్‌వేర్ బ్రాండ్‌లలో నాణ్యతను అర్థం చేసుకోవడం

స్ట్రీట్‌వేర్ బ్రాండ్‌లలో నాణ్యతను అర్థం చేసుకోవడానికి, మీరు క్రింది అంశాలను పరిగణించాలి:

- ఉత్పత్తుల తయారీకి ఉపయోగించే పదార్థాలు: మంచి నాణ్యత గల ఉత్పత్తులు సాధారణంగా టెక్స్‌టైల్‌లు, లెదర్ లేదా ఇతర మన్నికైన పదార్థాలతో తయారు చేయబడతాయి.

- ఉత్పత్తుల సరిపోయేటప్పుడు: మంచి నాణ్యత గల ఉత్పత్తులు సౌకర్యవంతంగా మరియు సరిగ్గా సరిపోతాయి.
- ఉత్పత్తుల అమలు: మంచి నాణ్యత గల ఉత్పత్తులు బాగా అమలు చేయబడతాయి మరియు వాటిని ధరించడం సులభం.

స్ట్రీట్‌వేర్ బ్రాండ్లలో విలువను అర్థం చేసుకోవడం

స్ట్రీట్‌వేర్ బ్రాండ్లలో విలువను అర్థం చేసుకోవడానికి, మీరు క్రింది అంశాలను పరిగణించాలి:

- ఉత్పత్తుల ధర: మీరు మీ బడ్జెట్‌కు అనుగుణంగా ఉండే ఉత్పత్తులను ఎంచుకోవాలి.
- ఉత్పత్తుల లక్షణాలు: మీరు మీకు అవసరమైన లేదా మీకు ఇష్టమైన లక్షణాలతో కూడిన ఉత్పత్తులను ఎంచుకోవాలి.
- ఉత్పత్తుల శైలి: మీరు మీకు నచ్చే శైలిలో ఉత్పత్తులను ఎంచుకోవాలి.

నకిలీలను నివారించడం మరియు అసలైన బ్రాండ్‌లను సమర్థించడం

నకిలీలు అనేవి అసలైన ఉత్పత్తులను అనుకరించే ఉత్పత్తులు. వీటిని తరచుగా తక్కువ నాణ్యత గల పదార్థాలతో తయారు చేస్తారు మరియు అసలైన ఉత్పత్తుల కంటే తక్కువ ధరకు విక్రయిస్తారు.

స్టీట్‌వేర్ రంగంలో నకిలీలు ఒక పెద్ద సమస్య. ఈ రంగంలో అనేక ప్రసిద్ధ బ్రాండ్‌లు ఉన్నాయి, ఇవి హై-ఎండ్ డిజైన్ మరియు ఉత్పత్తి నాణ్యతకు ప్రసిద్ధి చెందాయి. నకిలీలను కొనుగోలు చేయడం వల్ల మీరు నాణ్యమైన ఉత్పత్తిని పొందకపోవచ్చు, అదనంగా మీరు బ్రాండ్‌కు మద్దతు ఇవ్వడం మానేస్తారు.

నకిలీలను నివారించడానికి మార్గాలు

నకిలీలను నివారించడానికి కొన్ని మార్గాలు ఉన్నాయి:

- అసలైన బ్రాండ్‌ల వెబ్‌సైట్‌లు లేదా షాప్‌ల నుండి మాత్రమే ఉత్పత్తులను కొనండి.
- ఉత్పత్తుల యొక్క ధరలను పోల్చండి. అసలైన ఉత్పత్తులు తరచుగా నకిలీల కంటే ఎక్కువ ఖరీదైనవి.
- ఉత్పత్తులలోని చిన్న వివరాలను జాగ్రత్తగా పరిశీలించండి. నకిలీలలో తరచుగా చిన్న తప్పులు లేదా లోపాలు ఉంటాయి.

అసలైన బ్రాండ్‌లను సమర్థించడానికి మార్గాలు

అసలైన బ్రాండ్లను సమర్థించడానికి కొన్ని మార్గాలు ఉన్నాయి:

- అసలైన బ్రాండ్ల నుండి ఉత్పత్తులను కొనండి. ఇది బ్రాండ్లకు మద్దతు ఇస్తుంది మరియు ఉపాధిని రక్షిస్తుంది.
- అసలైన బ్రాండ్ల గురించి మీ స్నేహితులు మరియు కుటుంబ సభ్యులకు తెలియజేయండి. ఇది ప్రజలను నకిలీలను కొనుగోలు చేయకుండా నిరోధించడంలో సహాయపడుతుంది.
- అసలైన బ్రాండ్లకు మద్దతు ఇచ్చే వ్యాపారాలను నివారించండి. ఇది నకిలీలకు డిమాండ్ను తగ్గించడంలో సహాయపడుతుంది.

నకిలీల యొక్క ప్రభావం

నకిలీల యొక్క ప్రభావం చాలా విస్తృతంగా ఉంటుంది. ఇది బ్రాండ్లకు ఆర్థిక నష్టం కలిగిస్తుంది, ఉపాధిని రక్షించడానికి సహాయపడుతుంది మరియు వినియోగదారులను తక్కువ నాణ్యమైన ఉత్పత్తులను కొనుగోలు చేయడానికి దారితీస్తుంది.

నకిలీలను నివారించడం మరియు అసలైన బ్రాండ్లను సమర్థించడం ద్వారా మనం ఈ సమస్యను ఎదుర్కోవడంలో సహాయపడవచ్చు.

స్ట్రీట్‌వేర్ పరిశ్రమలో నీతిపరమైన పరిగణనలు

స్ట్రీట్‌వేర్ అనేది ఒక రకమైన ఫ్యాషన్, ఇది తరచుగా హిప్ హాప్, డబ్‌స్టెప్, టెక్నో మరియు రేవ్ వంటి సంగీత శైలులతో ముడిపడి ఉంటుంది. ఇది సాధారణంగా సృజనాత్మకమైన, వినూత్నమైన మరియు స్వీయ-ప్రకటనకు అనుకూలమైన ఫ్యాషన్ శైలిగా పరిగణించబడుతుంది.

స్ట్రీట్‌వేర్ పరిశ్రమ వేగంగా అభివృద్ధి చెందుతున్నది మరియు ప్రపంచవ్యాప్తంగా బిలియన్ల డాలర్ల విలువైనది. ఈ పరిశ్రమలో ఒక పెద్ద సమస్య నీతిపరమైన పరిగణనలు.

స్ట్రీట్‌వేర్ పరిశ్రమలో కొన్ని ప్రధాన నీతిపరమైన సమస్యలు:

- శ్రమ హక్కుల ఉల్లంఘన: స్ట్రీట్‌వేర్ ఉత్పత్తులు తరచుగా అభివృద్ధి చెందుతున్న దేశాలలో తక్కువ వేతనాలతో మరియు పనితీరు-ఆధారిత ఉత్పత్తి షెడ్యూల్‌లలో తయారు చేయబడతాయి. ఇది శ్రమ హక్కుల ఉల్లంఘనలకు దారితీస్తుంది, వీటిలో ఓవర్‌టైమ్ పని, పిల్లల పని మరియు హానికరమైన పని పరిస్థితులు ఉన్నాయి.

- పర్యావరణ ప్రభావం: స్ట్రీట్‌వేర్ ఉత్పత్తుల తయారీలో చాలా పర్యావరణ ప్రభావం ఉంటుంది. ఉత్పత్తిలో ఉపయోగించే పదార్థాలు తరచుగా కాలుష్య కారకాలు మరియు పునర్వినియోగం లేదా ప్రాసెస్ చేయడం కష్టం. ఉత్పత్తుల తయారీ మరియు రవాణా కూడా పర్యావరణానికి హాని కలిగిస్తుంది.

- నిజాయితీని లేదా అసమర్థత: స్టీట్‌వేర్ బ్రాండ్‌లు తమ ఉత్పత్తుల గురించి నిజాయితీగా లేదా అసమర్థంగా ఉండవచ్చు. ఉదాహరణకు, అవి ఉత్పత్తులను తయారు చేసే దేశం లేదా ఉపయోగించిన పదార్థాల గురించి తప్పుడు సమాచారాన్ని అందించవచ్చు.

Chapter 4: Mastering Streetwear Trends
అధ్యాయం 4: స్ట్రీట్ వేర్ ట్రెండ్లను నేర్చుకోవడం

ప్రస్తుత ట్రెండ్ల గుర్తింపు మరియు అవగాహన

ప్రపంచం చాలా వేగంగా మారుతోంది. కొత్త సాంకేతికతలు, సామాజిక మార్పులు మరియు ఆర్థిక పరిణామాలు ప్రతి రోజూ మన జీవితాలను ప్రభావితం చేస్తున్నాయి. ఈ మార్పులను అర్థం చేసుకోవడం మరియు వాటిని స్వీకరించడం కష్టమైన పని. అయితే, ప్రస్తుత ట్రెండ్లను గుర్తించడం మరియు వాటిని అర్థం చేసుకోవడం చాలా ముఖ్యం.

ప్రస్తుత ట్రెండ్లను గుర్తించడానికి మరియు అర్థం చేసుకోవడానికి అనేక మార్గాలు ఉన్నాయి. ఒక మార్గం సమాచారాన్ని చదవడం మరియు విశ్లేషించడం. మీరు వార్తాపత్రికలు, పత్రికలు, వెబ్ సైట్లు మరియు ఇతర మీడియా వనరుల నుండి సమాచారాన్ని సేకరించవచ్చు. మీరు నిపుణులు మరియు పరిశోధకుల నుండి అభిప్రాయాలను సేకరించవచ్చు.

ప్రస్తుత ట్రెండ్లను గుర్తించడానికి మరొక మార్గం మీ పరిసరాలను గమనించడం. మీరు మీ కుటుంబం, స్నేహితులు మరియు సహోద్యోగులతో మాట్లాడవచ్చు. మీరు మీ పరిశ్రమను అధ్యయనం చేయవచ్చు. మీరు మీ ప్రాంతంలో జరుగుతున్న పనులను గమనించవచ్చు.

ప్రస్తుత ట్రెండ్లను గుర్తించడం మరియు అర్థం చేసుకోవడం అనేది ఒక నిరంతర ప్రక్రియ. మీరు ఎల్లప్పుడూ కొత్త విషయాలను నేర్చుకుంటూ ఉండాలి మరియు మీ అవగాహనను అప్డేట్ చేయాలి.

ప్రస్తుత ట్రెండ్లను గుర్తించడం మరియు అర్థం చేసుకోవడం యొక్క కొన్ని ప్రయోజనాలు ఇక్కడ ఉన్నాయి:

- ఇది మీరు మీ చుట్టూ ఉన్న ప్రపంచాన్ని మరింత బాగా అర్థం చేసుకోవడంలో సహాయపడుతుంది.
- ఇది మీరు మీ నిర్ణయాలు తీసుకోవడంలో మరింత సమాచారంగా ఉండటంలో సహాయపడుతుంది.
- ఇది మీరు మీ వ్యాపారం లేదా ఉద్యోగాన్ని మెరుగుపరచడంలో సహాయపడుతుంది.

ప్రస్తుత ట్రెండ్లను గుర్తించడానికి మరియు అర్థం చేసుకోవడానికి కొన్ని ముఖ్యమైన అంశాలు ఇక్కడ ఉన్నాయి:

- విశ్వసనీయ మూలాల నుండి సమాచారాన్ని సేకరించండి.
- సమాచారాన్ని విశ్లేషించడానికి మీ స్వంత విమర్శనాత్మక ఆలోచనను ఉపయోగించండి.
- మీకు తెలియని విషయాల గురించి మరింత తెలుసుకోవడానికి కృషి చేయండి.

ప్రస్తుత ట్రెండ్లను గుర్తించడం మరియు అర్థం చేసుకోవడం అనేది సంక్లిష్టమైన పని, అయితే ఇది చాలా ముఖ్యమైనది.

మీ వ్యక్తిగత శైలిలో ట్రెండ్‌లను ఇంటిగ్రేట్ చేయడం

ట్రెండ్‌లు శీఘ్రంగా మారుతున్నాయి, కాబట్టి మీ వ్యక్తిగత శైలిలో వాటిని ఎలా ఇంటిగ్రేట్ చేయాలో తెలుసుకోవడం ముఖ్యం. మీరు కొన్ని చిట్కాలను అనుసరించడం ద్వారా ఇది చేయవచ్చు:

- మీ ఆసక్తులు మరియు విలువలతో అనుసంధానించే ట్రెండ్‌లను చూడండి. ఉదాహరణకు, మీరు ఫ్యాషన్‌లో ఆసక్తి కలిగి ఉంటే, మీరు సాంప్రదాయిక కాకుండా కొత్త, ప్రయోగాత్మక శైలులను చూడవచ్చు.
- మీ వ్యక్తిగత శైలిని ప్రతిబింబించే ట్రెండ్‌లను చూడండి. ఉదాహరణకు, మీరు సౌకర్యవంతమైన దుస్తులను ఇష్టపడితే, మీరు కొత్త, సౌకర్యవంతమైన ట్రెండ్‌లను చూడవచ్చు.
- మీ వ్యక్తిగత సృజనాత్మకతను ఉపయోగించి ట్రెండ్‌లను కొత్త మార్గాల్లో ఉపయోగించండి. ఉదాహరణకు, మీరు మీ స్వంత ఫ్యాషన్ డిజైన్‌లను రూపొందించవచ్చు లేదా మీ స్వంత ఆహార వంటకాలను సృష్టించవచ్చు.

నిర్దిష్ట ఉదాహరణలు

- మీ ఆరోగ్యం మరియు శ్రేయస్సుపై దృష్టి పెట్టడానికి, మీరు తక్కువ ప్రాసెస్ చేయబడిన ఆహారాన్ని కలిగి ఉన్న ఆరోగ్యకరమైన భోజనం తయారీ ట్రెండ్‌లను అనుసరించవచ్చు. మీరు ఇంట్లో తయారు చేసిన ఆహారం తినడానికి కూడా ప్రయత్నించవచ్చు.

- మీ వ్యక్తిగత శైలిని ప్రతిబింబించడానికి, మీరు సరళమైన, శక్తివంతమైన శైలులను ప్రోత్సహించే ట్రెండ్లను అనుసరించవచ్చు. మీరు మెరుగుపరచబడిన ఫిట్‌నెస్ దుస్తుల ట్రెండ్‌ను ఇష్టపడతాను, ఇది కార్యాచరణ మరియు శక్తిని ప్రోత్సహిస్తుంది.

- మీ వ్యక్తిగత సృజనాత్మకతను ఉపయోగించడానికి, మీరు కొత్త రకాల ఆహారాలు లేదా దుస్తులను రూపొందించడానికి ట్రెండ్లను ఉపయోగించవచ్చు. ఉదాహరణకు, మీరు హోమ్‌మేడ్ హెల్త్ డ్రింక్ రెసిపీలను అభివృద్ధి చేయవచ్చు.

ఈ విధానాలను ఉపయోగించడం ద్వారా, మీరు మీ వ్యక్తిగత శైలిని ప్రతిబింబించే మరియు మీ ఆసక్తులు మరియు విలువలను ప్రతిబింబించే ట్రెండ్లను ఇంటిగ్రేట్ చేయగలరు.

వింటేజ్ మరియు సమకాలీన ముక్కలను కలపడం

వింటేజ్ మరియు సమకాలీన ముక్కలను కలపడం అనేది ఒక శైలి ప్రక్రియ, ఇది రెండు వేర్వేరు కాలాల నుండి వచ్చిన వస్తువులను కలిపి ఒక కొత్త, ప్రత్యేకమైన రూపాన్ని సృష్టిస్తుంది. ఈ రకమైన శైలి అనేక రకాల అంతర్గత డిజైన్లలో ఉపయోగించబడుతుంది, ఇంటి యొక్క ఏదైనా భాగాన్ని సృజనాత్మకంగా మరియు ఆకర్షణీయంగా మార్చడానికి ఇది ఒక గొప్ప మార్గం.

వింటేజ్ మరియు సమకాలీన ముక్కలను కలపడం అనేది అనేక ప్రయోజనాలను కలిగి ఉంది. ఇది మీ ఇంటిని మరింత ఆసక్తికరంగా మరియు ఆకర్షణీయంగా చేయడానికి ఒక మార్గం. ఇది మీ వ్యక్తిత్వాన్ని మరియు రుచులను ప్రదర్శించడానికి కూడా ఒక మార్గం. అదనంగా, వింటేజ్ మరియు సమకాలీన ముక్కలను కలపడం ద్వారా మీరు మీ ఇంటిలోని ఒక ప్రత్యేకమైన మరియు విలువైన శైలిని సృష్టించవచ్చు.

వింటేజ్ మరియు సమకాలీన ముక్కలను కలపడం ప్రారంభించడానికి, మీరు మీ ఇంటిలోని ప్రస్తుత శైలిని పరిగణించాలి. మీరు ఆధునిక, సాంప్రదాయ లేదా మిశ్రమ శైలిని కలిగి ఉన్నారా? మీరు మీ ఇంటిలో ఏ రకమైన భావాలను సృష్టించాలనుకుంటున్నారు? ఈ ప్రశ్నలకు సమాధానం ఇవ్వడం ద్వారా, మీరు మీ ఇంటిలోని వింటేజ్ మరియు సమకాలీన ముక్కలను ఎలా బాగా కలపవచ్చో మీరు మొదటి అంచనా వేయవచ్చు.

వింటేజ్ మరియు సమకాలీన ముక్కలను కలపడానికి కొన్ని సూచనలు ఇక్కడ ఉన్నాయి:

- రంగులను జాగ్రత్తగా ఎంచుకోండి. విం‌టేజ్ మరియు సమకాలీన ముక్కలు తరచుగా భిన్నమైన రంగులను కలిగి ఉంటాయి. ఈ రంగులను సమతుల్యంగా ఉంచడానికి, మీరు ఒకే రంగు స్కేల్‌ను ఉపయోగించడానికి ప్రయత్నించవచ్చు లేదా విరుద్ధమైన రంగులను ఉపయోగించి ఒక శక్తివంతమైన ప్రకటన చేయవచ్చు.

- రకాన్ని పరిగణించండి. విం‌టేజ్ మరియు సమకాలీన ముక్కలు తరచుగా భిన్నమైన రకాలను కలిగి ఉంటాయి. ఈ రకాలను సమతుల్యంగా ఉంచడానికి, మీరు సమతుల్యమైన ఆకారాలు మరియు భౌతికతలను ఉపయోగించడానికి ప్రయత్నించవచ్చు.

సాధారణ ఫ్యాషన్ తప్పులను నివారించడం

ఫ్యాషన్ అనేది వ్యక్తిత్వాన్ని వ్యక్తపరచడానికి ఒక గొప్ప మార్గం. అయితే, ఫ్యాషన్‌లో కొన్ని సాధారణ తప్పులు చేయడం ద్వారా మీరు మీ శరీరాన్ని హానికరం చేయవచ్చు లేదా మీ శైలిని నాశనం చేయవచ్చు. ఈ తప్పులను నివారించడానికి, మీరు మీ శరీర రకం, శైలి మరియు సందర్భాన్ని పరిగణనలోకి తీసుకోవాలి.

సాధారణ ఫ్యాషన్ తప్పులలో కొన్ని:

- తప్పు సైజు దుస్తులు ధరించడం: తప్పు సైజు దుస్తులు ధరించడం వల్ల మీరు పొట్టిగా లేదా పెద్దగా కనిపించవచ్చు. మీ శరీర రకానికి సరిపోయే దుస్తులు ధరించడం చాలా ముఖ్యం.

- తప్పు రంగులను కలపడం: తప్పు రంగులను కలపడం వల్ల మీరు అలంకారంగా లేదా అసమర్థంగా కనిపించవచ్చు. రంగు చక్రం ఉపయోగించి మీరు సరిపోయే రంగులను ఎంచుకోవచ్చు.

- తప్పు శైలులను కలపడం: తప్పు శైలులను కలపడం వల్ల మీరు అంతర్గతంగా కనిపించవచ్చు. మీ శైలిని మరింత స్థిరంగా ఉంచడానికి, మీరు సమగ్రమైన లుక్‌ను సృష్టించడానికి ఒకే శైలిలోని దుస్తులను ఎంచుకోవడం ద్వారా ప్రారంభించవచ్చు.

- అవసరమైన దుస్తులను కొనుగోలు చేయకపోవడం: మీకు అవసరమైన దుస్తులు లేకపోతే, మీరు ఎల్లప్పుడూ వ్యాపారంలో లేదా అసౌకర్యంగా ఉంటారు. మీరు ఏమి ధరించాలనుకుంటున్నారో మరియు మీరు ఏ సందర్భాలలో

ధరించాలనుకుంటున్నారో గుర్తుంచుకోవడం ద్వారా మీకు అవసరమైన దుస్తులను గుర్తించడంలో మీకు సహాయపడుతుంది.

సాధారణ ఫ్యాషన్ తప్పులను నివారించడానికి కొన్ని చిట్కాలు:

- మీ శరీర రకాన్ని అర్థం చేసుకోండి: మీ శరీర రకం గురించి తెలుసుకోవడం ద్వారా మీకు సరిపోయే దుస్తులు ఎంచుకోవడంలో మీకు సహాయపడుతుంది.
- మీ శైలిని కనుగొనండి: మీ శైలిని కనుగొనడానికి మీరు ప్రయోగాలు చేయడానికి భయపడకండి. మీరు ఏమి ఇష్టపడతారో మరియు మీరు ఎలా కనిపించాలనుకుంటున్నారో తెలుసుకోవడానికి ఇది మీకు సహాయపడుతుంది.

ముందుకు సాగడం: ట్రెండ్ ఫోర్‌కాస్టింగ్ మరియు పరిశోధన

ట్రెండ్ ఫోర్‌కాస్టింగ్ అనేది భవిష్యత్తులో ఏమి జరుగుతుందో అంచనా వేయడం. ఇది వ్యాపారాలు, ప్రభుత్వాలు మరియు ఇతర సంస్థలకు వారి నిర్ణయాలు తీసుకోవడంలో సహాయపడుతుంది. ట్రెండ్ ఫోర్‌కాస్టింగ్‌లో భాగంగా, పరిశోధన చాలా ముఖ్యం. ట్రెండ్‌లను అర్థం చేసుకోవడానికి మరియు అవి ఎలా అభివృద్ధి చెందుతాయి మరియు మారుతాయి అనే దాని గురించి అంచనాలు వేయడానికి పరిశోధన అవసరం.

ఫ్యాషన్‌లో, ట్రెండ్ ఫోర్‌కాస్టింగ్ మరియు పరిశోధన చాలా ముఖ్యం. ఫ్యాషన్‌లోని ట్రెండ్‌లు తరచుగా మారుతాయి మరియు ఫ్యాషన్ వ్యాపారాలు ఈ ట్రెండ్‌లను అనుసరించడానికి మరియు వారి ఉత్పత్తులు మరియు సేవలను అనుగుణంగా ఉంచడానికి ట్రెండ్ ఫోర్‌కాస్టింగ్ మరియు పరిశోధనను ఉపయోగిస్తాయి.

ట్రెండ్ ఫోర్‌కాస్టింగ్ మరియు పరిశోధనలో ఉపయోగించే కొన్ని పద్ధతులు:

- సామాజిక మరియు సాంస్కృతిక పరిశోధన: ఈ పద్ధతి ద్వారా, ట్రెండ్ ఫోర్‌కాస్టర్లు సామాజిక మరియు సాంస్కృతిక శక్తులను అంచనా వేస్తారు, అవి ఫ్యాషన్‌ను ప్రభావితం చేస్తాయి. ఈ శక్తులలో సామాజిక సంక్షోభాలు, సాంకేతిక మార్పులు మరియు శైలి మరియు సంస్కృతిలో మార్పులు ఉన్నాయి.
- మార్కెట్ రిసెర్చ్: ఈ పద్ధతి ద్వారా, ట్రెండ్ ఫోర్‌కాస్టర్లు వినియోగదారుల అభిప్రాయాలు మరియు ప్రవర్తనలను అర్థం చేసుకోవడానికి ప్రయత్నిస్తారు. ఈ సమాచారాన్ని

ఉపయోగించి, వారు ఏ ట్రెండ్లు ప్రజాదరణ పొందుతాయి మరియు ఏ ట్రెండ్లు మరచిపోతాయి అనే దాని గురించి అంచనాలు వేయవచ్చు.

- శైలి అనాలిసిస్: ఈ పద్ధతి ద్వారా, ట్రెండ్ ఫోర్కాస్టర్లు ఫ్యాషన్ శైలులను అధ్యయనం చేస్తారు. వారు ఫ్యాషన్ షోలు, ఫ్యాషన్ మ్యాగజైన్లు మరియు ఇతర మూలాల నుండి డేటాను సేకరిస్తారు. ఈ డేటాను ఉపయోగించి, వారు ఫ్యాషన్ శైలిలో ఏ ట్రెండ్లు ఉద్భవించాయి మరియు ఏ ట్రెండ్లు అదృశ్యమయ్యాయి అనే దాని గురించి అంచనాలు వేయవచ్చు.

Chapter 5: Streetwear for Every Occasion
అధ్యాయం 5: ప్రతి సందర్భానికి స్ట్రీట్‌వేర్

వివిధ కాలాలు మరియు వాతావరణ పరిస్థితులకు డ్రెస్సింగ్

పరిచయం

మనం ఎల్లప్పుడూ ఏదో ఒక సందర్భానికి సిద్ధంగా ఉండాలని కోరుకుంటున్నాము. ఏ సందర్భానికి మనం సిద్ధంగా ఉండాలో, మనం ఎక్కడికి వెళుతున్నామో, మనం ఎటువంటి వాతావరణ పరిస్థితులను ఎదుర్కోవలసి వస్తుందో దానిపై ఆధారపడి ఉంటుంది. వివిధ కాలాలు మరియు వాతావరణ పరిస్థితులకు డ్రెస్సింగ్ అనేది ఒక నైపుణ్యం, ఇది మనం సౌకర్యంగా మరియు శైలీష్‌గా ఉండటానికి సహాయపడుతుంది.

వివిధ కాలాలు

- వేసవి: వేసవిలో, మనం వేడి మరియు తేమను ఎదుర్కోవాలి. అందువల్ల, మనం శ్వాసించే, తేమను గ్రహించే దుస్తులు ధరించాలి. మెత్తని సిల్క్, కాటన్ మరియు లినెన్ వంటి సహజ పదార్థాలు మంచి ఎంపికలు. మనం తక్కువ రంగుల దుస్తులు ధరించాలి, ఎందుకంటే అవి వేడిని గ్రహించవు. మనం విశాలమైన దుస్తులు ధరించాలి, ఇవి మనకు శ్వాసించడానికి మరియు చల్లబడటానికి సహాయపడతాయి.
- శరదృతువు: శరదృతువులో, వాతావరణం మారుతుంది. ఉదయం మరియు సాయంత్రం చల్లగా ఉంటుంది, కానీ మధ్యాహ్నం వేడిగా ఉంటుంది. అందువల్ల, మనం

స్థిరమైన ఉష్ణోగ్రతను నిర్వహించడానికి సహాయపడే దుస్తులు ధరించాలి. మనం తేలికపాటి దుస్తులు మరియు జాకెట్ లేదా కవర్లను కలిగి ఉండాలి. మనం తేమను గ్రహించే దుస్తులు ధరించాలి, కానీ చల్లగా ఉండేవి కూడా.

- శీతాకాలం: శీతాకాలంలో, వాతావరణం చాలా చల్లగా ఉంటుంది. అందువల్ల, మనం మనను వేడిగా ఉంచడానికి సహాయపడే దుస్తులు ధరించాలి. మనం మందపాటి దుస్తులు, జాకెట్లు, షూస్ మరియు మందపాటి సాక్స్ ధరించాలి. మనం తేమను గ్రహించే దుస్తులు ధరించాలి, కానీ వేడిగా ఉండేవి కూడా.

- వసంతకాలం: వసంతకాలంలో, వాతావరణం మారుతుంది. ఉదయం మరియు సాయంత్రం చల్లగా ఉంటుంది, కానీ మధ్యాహ్నం వేడిగా ఉంటుంది. అందువల్ల, మనం స్థిరమైన ఉష్ణోగ్రతను నిర్వహించడానికి సహాయపడే దుస్తులు ధరించాలి. మనం తేలికపాటి దుస్తులు మరియు జాకెట్ లేదా కవర్లను కలిగి ఉండాలి. మనం తేమను గ్రహించే దుస్తులు ధరించాలి, కానీ చల్లగా ఉండేవి కూడా.

పని, పాఠశాల మరియు వినోద కార్యకలాపాల కోసం దుస్తులు ఎంపిక

మనం రోజులో చాలా సమయాన్ని దుస్తులలో గడుపుతాము. అందువల్ల, మనం ధరించే దుస్తులు సౌకర్యంగా మరియు శైలీష్‌గా ఉండటం ముఖ్యం. దుస్తులు ఎంచుకునేటప్పుడు, మనం ఎక్కడికి వెళుతున్నామో, మనం ఏమి చేస్తున్నామో మరియు మన శైలి ఏమిటో పరిగణనలోకి తీసుకోవాలి.

పని కోసం దుస్తులు

పని కోసం దుస్తులు ఎంచుకునేటప్పుడు, మన ఉద్యోగం యొక్క స్వభావాన్ని పరిగణనలోకి తీసుకోవాలి. కొన్ని ఉద్యోగాలకు నిర్దిష్ట దుస్తుల శైలి అవసరం. ఉదాహరణకు, ఒక వ్యాపార కార్యాలయంలో పనిచేసే వ్యక్తి చక్కగా కుట్టిన దుస్తులు మరియు నియమబద్ధమైన షూలు ధరించాలి. మరోవైపు, ఒక ఆర్టిస్ట్ లేదా డిజైనర్ సృజనాత్మక దుస్తులు ధరించవచ్చు.

పని కోసం దుస్తుల ఎంపిక కోసం కొన్ని సలహాలు ఇక్కడ ఉన్నాయి:

- నిఖార్సయమైన మరియు చక్కగా కుట్టిన దుస్తులు ధరించండి.
- మీ ఉద్యోగం యొక్క స్వభావానికి అనుగుణంగా ఉండే దుస్తులు ధరించండి.
- సౌకర్యవంతమైన దుస్తులు ధరించండి, తద్వారా మీరు రోజంతా ఉత్పాదకంగా ఉండవచ్చు.

పాఠశాల కోసం దుస్తులు

పాఠశాల కోసం దుస్తులు ఎంచుకునేటప్పుడు, మీరు సౌకర్యవంతంగా మరియు శైలీష్‌గా ఉండటం ముఖ్యం. మీరు పాఠశాలలో చాలా నడవాలి మరియు ఆడటానికి చాలా సమయం ఉంటుంది, కాబట్టి మీరు దుస్తులు ధరించాలి ఇవి మీకు మరియు మీరు ఏమి చేస్తున్నారో ఆటంకం కలిగించవు.

పాఠశాల కోసం దుస్తుల ఎంపిక కోసం కొన్ని సలహాలు ఇక్కడ ఉన్నాయి:

- సౌకర్యవంతమైన షూలు ధరించండి.
- మీరు ఏమి చేస్తున్నారో ఆటంకం కలిగించని దుస్తులు ధరించండి.
- మీరు మీ పాఠశాల యొక్క దుస్తులు నియమాలకు అనుగుణంగా ఉండేలా చూసుకోండి.

ప్రత్యేక సందర్భాల కోసం లుక్స్ సృష్టించడం: పండుగలు, కచేరీలు మొదలైనవి

ప్రత్యేక సందర్భాల కోసం లుక్స్ సృష్టించడం ఒక ఆనందం. ఇది మీరు మీ జీవితంలోని ప్రత్యేక క్షణాలను జరుపుకోవడానికి మరియు మీ స్వంత ప్రత్యేక శైలిని చూపించడానికి ఒక మార్గం.

పండుగలు, కచేరీలు మరియు ఇతర ప్రత్యేక సందర్భాల కోసం లుక్స్ సృష్టించడానికి ఇక్కడ కొన్ని చిట్కాలు ఉన్నాయి:

- సందర్భాన్ని పరిగణనలోకి తీసుకోండి. మీరు ఏ సందర్భానికి సిద్ధమవుతున్నారో ఆలోచించండి. మీరు ఒక పండుగ ఉత్సవానికి వెళ్తున్నట్లయితే, మీరు సరదాగా మరియు విశ్రాంతిగా ఉండే దుస్తులు ధరించాలనుకోవచ్చు. మీరు ఒక అధికారిక సంస్థకు వెళ్తున్నట్లయితే, మీరు మరింత అధికారికంగా దుస్తులు ధరించాలనుకోవచ్చు.

- మీ శైలిని ప్రతిబింబించండి. మీరు మీ స్వంత శైలిని ప్రతిబింబించే దుస్తులు ధరించాలనుకోవచ్చు. మీరు ఆహ్లాదకరంగా మరియు సౌకర్యవంతంగా ఉండే దుస్తులు ధరించాలనుకోవచ్చు.

- కలలను కలపండి. మీరు మీకు నచ్చిన వివిధ శైలులను కలపడానికి ప్రయత్నించవచ్చు. ఇది మీ స్వంత ప్రత్యేకమైన లుక్‌ను సృష్టించడానికి మీకు సహాయపడుతుంది.

- సహాయం తీసుకోండి. మీరు ఏమి ధరించాలో ఖచ్చితంగా తెలియకపోతే, స్నేహితుడిని లేదా కుటుంబ సభ్యుడిని సహాయం కోసం అడగండి. వారు మీకు కొన్ని ఆలోచనలను ఇవ్వగలరు.

పండుగల కోసం లుక్స్

పండుగలు మీరు మీ కుటుంబం మరియు స్నేహితులతో సమయం గడపడానికి మరియు ఆనందించడానికి మంచి సమయం. మీరు మీ పండుగ లుక్‌లను ప్రత్యేకంగా మరియు గుర్తుంచుకోదగినవిగా చేయాలనుకోవచ్చు.

పండుగల కోసం లుక్స్ సృష్టించడానికి ఇక్కడ కొన్ని ఆలోచనలు ఉన్నాయి:

- రంగులతో ఆడండి. పండుగలు రంగుల సమయం. మీరు ప్రకాశవంతమైన మరియు సరదాగా ఉండే దుస్తులు ధరించాలనుకోవచ్చు.

వివిధ శరీర ఆకృతులు మరియు వ్యక్తిగత ప్రాధానాలకు స్ట్రీట్‌వేర్‌ను అనుకూలీకరించడం

స్ట్రీట్‌వేర్ అనేది ఒక స్వేచ్ఛా-స్వభావం గల దుస్తులు శైలి, ఇది సౌకర్యం మరియు వ్యక్తిగత వ్యక్తీకరణను ప్రోత్సహిస్తుంది. ఇది వివిధ రకాల ఆకృతులు మరియు వ్యక్తిగత ప్రాధాన్యతలకు అనుకూలంగా ఉంటుంది.

శరీర ఆకృతులకు స్ట్రీట్‌వేర్ అనుకూలీకరించడం

స్ట్రీట్‌వేర్ అనేది వివిధ శరీర ఆకృతులకు సరిపోయే విధంగా అనుకూలీకరించవచ్చు. ఇక్కడ కొన్ని చిట్కాలు ఉన్నాయి:

- మీ శరీర రకాన్ని నిర్ణయించండి. మీరు మీ శరీర రకాన్ని నిర్ణయించడం ద్వారా, మీకు సరిపోయే దుస్తులను ఎంచుకోవడం సులభం అవుతుంది. మీరు శరీర రకాల గురించి మరింత తెలుసుకోవడానికి ఆన్‌లైన్‌లో లేదా పుస్తకాలలో అనేక వనరులను కనుగొనవచ్చు.

- మీ శరీర ఆకృతికి అనుకూలమైన ఫిట్‌ను ఎంచుకోండి. సరైన ఫిట్ మీ దుస్తులను మరింత అందంగా మరియు ఆకర్షణీయంగా కనిపించేలా చేస్తుంది. మీరు మీ శరీరానికి సరిపోయే దుస్తులను కనుగొనడానికి ఒక దుకాణంలో డ్రాప్-ఇన్ చేయడం లేదా ఒక ఫిట్ సెషన్‌ను బుక్ చేయడం ద్వారా సహాయం తీసుకోవచ్చు.

- సరైన పదార్థాలను ఎంచుకోండి. కొన్ని పదార్థాలు కొన్ని శరీర రకాలకు మంచివిగా ఉంటాయి. ఉదాహరణకు, సన్నని వ్యక్తులు తేలికపాటి, గాలిని ప్రసరించే

పదార్థాలను ఎంచుకోవాలనుకోవచ్చు, అయితే పొడవైన వ్యక్తులు మరింత మందపాటి పదార్థాలను ఎంచుకోవాలనుకోవచ్చు.

వ్యక్తిగత ప్రాధాన్యతలకు స్ట్రీట్‌వేర్ అనుకూలీకరించడం

స్ట్రీట్‌వేర్ అనేది మీ వ్యక్తిగత ప్రాధాన్యతలను ప్రదర్శించడానికి ఒక గొప్ప మార్గం. మీరు మీ దుస్తులతో మీ స్వంత శైలిని సృష్టించడానికి వివిధ రంగులు, ఆకృతులు మరియు డిజైన్లను కలపవచ్చు.

ఇక్కడ కొన్ని ఆలోచనలు ఉన్నాయి:

- మీకు ఇష్టమైన రంగులను ఉపయోగించండి. మీరు మీ దుస్తులను మరింత ఆకర్షణీయంగా మరియు శైలీష్‌గా చేయడానికి మీకు ఇష్టమైన రంగులను ఉపయోగించవచ్చు.

ధైర్యం మరియు వైఖరి: మీ స్ట్రీట్‌వేర్ శైలిని స్వంతం చేసుకోవడం

స్ట్రీట్‌వేర్ అనేది ఒక స్వేచ్ఛా-స్వభావం గల దుస్తులు శైలి, ఇది సౌకర్యం మరియు వ్యక్తిగత వ్యక్తీకరణను ప్రోత్సహిస్తుంది. ఇది వివిధ రకాల ఆకృతులు మరియు వ్యక్తిగత ప్రాధాన్యతలకు అనుకూలంగా ఉంటుంది.

స్ట్రీట్‌వేర్‌ను స్వంతం చేసుకోవడానికి, మీరు మీ ధైర్యం మరియు వైఖరిని చూపించడానికి సిద్ధంగా ఉండాలి. మీరు మీకు నచ్చే దుస్తులను ధరించడానికి మరియు మీ వ్యక్తిగత శైలిని ప్రదర్శించడానికి భయపడకూడదు.

మీ ధైర్యం మరియు వైఖరిని చూపించే కొన్ని మార్గాలు ఇక్కడ ఉన్నాయి:

- మీకు నచ్చే రంగులను ఉపయోగించండి. ప్రకాశవంతమైన రంగులు మీకు ధైర్యం మరియు ఉత్సాహాన్ని ఇస్తాయి.
- మీకు నచ్చే ఆకృతులను ఎంచుకోండి. వినూత్నమైన ఆకృతులు మీకు ఒక ప్రత్యేకమైన లుక్‌ను ఇస్తాయి.
- మీకు నచ్చే డిజైన్‌లను కలిగి ఉండండి. టాటూలు, లోగోలు మరియు ఇతర డిజైన్‌లు మీకు మరింత వ్యక్తిగతమైన లుక్‌ను ఇస్తాయి.

మీ స్ట్రీట్‌వేర్ శైలిని స్వంతం చేసుకోవడానికి ఇక్కడ కొన్ని చిట్కాలు ఉన్నాయి:

- మీకు నచ్చే దుస్తులను కొనుగోలు చేయండి. మీరు మీ దుస్తులను ఇష్టపడకపోతే, మీరు వాటిని ధరించడానికి సిద్ధంగా ఉండరు.

- మీ శైలిని ప్రయోగాలు చేయండి. మీకు ఏది సరిపోతుందో మరియు ఏది లేదో చూడటానికి వివిధ రకాల దుస్తులను ప్రయత్నించండి.

- మీకు నచ్చే ఇతర వ్యక్తుల శైలిని ప్రేరణగా తీసుకోండి. మీకు ఇష్టమైన శైలిని కలిగిన వ్యక్తులను చూడండి మరియు మీరు వాటి నుండి ఏమి నేర్చుకోవచ్చో చూడండి.

చివరగా, మీ స్ట్రీట్‌వేర్ శైలిని స్వంతం చేసుకోవడం గురించి చింతించకండి. మీరు మీకు నచ్చే దుస్తులను ధరించడం మరియు మీ వ్యక్తిగత శైలిని ప్రదర్శించడం ద్వారా మీరు ధైర్యం మరియు వైఖరిని చూపిస్తున్నారు.

Chapter 6: Beyond the Hype: The Future of Streetwear

అధ్యాయం 6: హైప్‌కి అతీతంగా: స్ట్రీట్‌వేర్ యొక్క భవిష్యత్తు

స్ట్రీట్‌వేర్ యొక్క పరిణామం: కలయికలు, టెక్నాలజీ మరియు భవిష్యత్తు

స్ట్రీట్‌వేర్ అనేది ఒక స్వేచ్ఛా-స్వభావం గల దుస్తులు శైలి, ఇది సౌకర్యం మరియు వ్యక్తిగత వ్యక్తీకరణను ప్రోత్సహిస్తుంది. ఇది 20వ శతాబ్దం చివరిలో మరియు 21వ శతాబ్దం ప్రారంభంలో అమెరికాలో ఉద్భవించింది మరియు ప్రపంచవ్యాప్తంగా ప్రజాదరణ పొందింది.

స్ట్రీట్‌వేర్ యొక్క పరిణామం అనేక అంశాల వల్ల ప్రభావితమైంది, వీటిలో కలయికలు, టెక్నాలజీ మరియు భవిష్యత్తు ఉన్నాయి.

కలయికలు

స్ట్రీట్‌వేర్ యొక్క ఒక ప్రధాన లక్షణం దాని కలయికలు. స్ట్రీట్‌వేర్ శైలిలో, వివిధ రకాల దుస్తులు మరియు ఆకృతులను కలిపి ఉపయోగించడం సాధారణం. ఉదాహరణకు, మీరు ఒక బట్టలు టీ-షర్ట్‌తో జీన్స్ మరియు స్నీకర్‌లను ధరించవచ్చు లేదా ఒక స్కూటర్ బ్యాగ్‌తో ప్యాంట్‌సూట్‌ను ధరించవచ్చు.

ఈ కలయికలు స్ట్రీట్‌వేర్‌కు ఒక నిర్దిష్ట శైలి మరియు వ్యక్తిగతీకరణను ఇస్తాయి. అవి వ్యక్తులకు వారి స్వంత శైలిని

సృష్టించడానికి మరియు ప్రదర్శించడానికి మరింత స్వేచ్ఛను అందిస్తాయి.

టెక్నాలజీ

టెక్నాలజీ కూడా స్ట్రీట్‌వేర్ యొక్క పరిణామాన్ని ప్రభావితం చేసింది. ఇంటర్నెట్ మరియు సోషల్ మీడియా ద్వారా, స్ట్రీట్‌వేర్ ట్రెండ్‌లు ప్రపంచవ్యాప్తంగా వేగంగా వ్యాపించగలవు.

టెక్నాలజీ కూడా స్ట్రీట్‌వేర్ డిజైన్‌ను ప్రభావితం చేసింది. 3D ప్రింటింగ్ మరియు ఇతర సాంకేతికతలు కొత్త రకాల దుస్తులు మరియు ఆకృతులను రూపొందించడానికి స్ట్రీట్‌వేర్ డిజైనర్‌లకు అనుమతిస్తాయి.

భవిష్యత్తు

స్ట్రీట్‌వేర్ యొక్క భవిష్యత్తు యొక్క మార్గదర్శకంగా కొన్ని ప్రధాన ట్రెండ్‌లు ఉన్నాయి.

- సౌకర్యం మరియు వ్యక్తిగతీకరణ: సౌకర్యం మరియు వ్యక్తిగతీకరణ స్ట్రీట్‌వేర్ యొక్క ప్రధాన అంశాలుగానే కొనసాగుతాయి.
- కలయికలు: వివిధ రకాల దుస్తులు మరియు ఆకృతులను కలపడం స్ట్రీట్‌వేర్ యొక్క ప్రత్యేక శైలిగా కొనసాగుతుంది.

సస్టైనబిలిటీ ఇతర ఫ్యాషన్ రంగాలపై స్ట్రీట్‌వేర్ యొక్క ప్రభావం

స్ట్రీట్‌వేర్ అనేది ఒక స్వేచ్ఛా-స్వభావం గల దుస్తులు శైలి, ఇది సౌకర్యం మరియు వ్యక్తిగత వ్యక్తీకరణను ప్రోత్సహిస్తుంది. ఇది 20వ శతాబ్దం చివరిలో మరియు 21వ శతాబ్దం ప్రారంభంలో అమెరికాలో ఉద్భవించింది మరియు ప్రపంచవ్యాప్తంగా ప్రజాదరణ పొందింది.

స్ట్రీట్‌వేర్ యొక్క పరిణామం అనేక అంశాల వల్ల ప్రభావితమైంది, వీటిలో సస్టైనబిలిటీ ఒకటి. సస్టైనబిలిటీ అనేది పర్యావరణం మరియు సమాజంపై ప్రతికూల ప్రభావాన్ని తగ్గించే విధంగా వ్యాపారం చేయడం.

స్ట్రీట్‌వేర్ రంగం సస్టైనబిలిటీ యొక్క మార్పును నడిపించింది. స్ట్రీట్‌వేర్ బ్రాండ్‌లు తమ ఉత్పత్తులను మరింత సస్టైనబుల్‌గా చేయడానికి అనేక మార్గాలను అవలంబించాయి.

స్ట్రీట్‌వేర్ సస్టైనబిలిటీని ప్రోత్సహించే కొన్ని మార్గాలు:

- పునర్వినియోగమయ్యే మరియు పునర్వినియోగమయ్యే పదార్థాలను ఉపయోగించడం: స్ట్రీట్‌వేర్ బ్రాండ్‌లు పునర్వినియోగమయ్యే మరియు పునర్వినియోగమయ్యే పదార్థాలను ఉపయోగించడం ద్వారా తమ ఉత్పత్తులను మరింత సస్టైనబుల్‌గా చేస్తున్నాయి. ఉదాహరణకు, అడిడాస్ అనేది ప్లాస్టిక్ బాటిళ్ల నుండి తయారు చేయబడిన స్నీకర్‌లను విడుదల చేసింది.

- నీటిని ఆదా చేయడం: స్ట్రీట్‌వేర్ బ్రాండ్‌లు నీటిని ఆదా చేయడానికి అనేక మార్గాలను అవలంబిస్తున్నాయి. ఉదాహరణకు, నాయిస్ అనేది తన దుస్తులను ఉత్పత్తి చేయడానికి తక్కువ నీటిని ఉపయోగించే పద్ధతులను ఉపయోగిస్తుంది.

- న్యాయమైన వ్యాపారా పద్ధతులను ఉపయోగించడం: స్ట్రీట్‌వేర్ బ్రాండ్‌లు న్యాయమైన వ్యాపారా పద్ధతులను ఉపయోగించడం ద్వారా తమ ఉత్పత్తులను మరింత సస్టైనబుల్‌గా చేస్తున్నాయి. ఉదాహరణకు, టోరోస్ అనేది తన ఉత్పత్తులను ఉత్పత్తి చేసే కార్మికులకు న్యాయమైన వేతనాలు మరియు పని పరిస్థితులను అందిస్తుంది.

స్ట్రీట్‌వేర్ యొక్క భవిష్యత్తు: సమ్మిళితత్వం, వైవిధ్యం మరియు సస్టైనబిలిటీ

స్ట్రీట్‌వేర్ అనేది ఒక స్వేచ్ఛా-స్వభావం గల దుస్తులు శైలి, ఇది సౌకర్యం మరియు వ్యక్తిగత వ్యక్తీకరణను ప్రోత్సహిస్తుంది. ఇది 20వ శతాబ్దం చివరిలో మరియు 21వ శతాబ్దం ప్రారంభంలో అమెరికాలో ఉద్భవించింది మరియు ప్రపంచవ్యాప్తంగా ప్రజాదరణ పొందింది.

స్ట్రీట్‌వేర్ యొక్క భవిష్యత్తు అనేది ఆశాజనకంగా ఉంది. ఈ శైలి మరింత సమ్మిళిత, వైవిధ్యమైన మరియు సస్టైనబుల్‌గా మారుతుందని అంచనా.

సమ్మిళితత్వం

స్ట్రీట్‌వేర్ యొక్క భవిష్యత్తులో, ఇది మరింత సమ్మిళితంగా ఉంటుందని అంచనా. వివిధ సంస్కృతులు మరియు ప్రాంతాల నుండి వచ్చిన డిజైనర్‌లు మరియు కస్టమర్‌లు ఈ శైలిని ప్రభావితం చేస్తారు.

ఈ సమ్మిళితత్వం అనేక రూపాలలో కనిపించవచ్చు. ఉదాహరణకు, స్నీకర్‌లపై వివిధ దేశాల నుండి వచ్చిన డిజైన్‌లు లేదా దుస్తులపై వివిధ సంస్కృతుల నుండి వచ్చిన అలంకరణలు ఉండవచ్చు.

వైవిధ్యం

స్ట్రీట్‌వేర్ యొక్క భవిష్యత్తులో, ఇది మరింత వైవిధ్యంగా ఉంటుందని అంచనా. వివిధ వయస్సుల, జాతుల, లింగుల

మరియు అభిరుచుల నుండి వచ్చిన వ్యక్తులు ఈ శైలిని ధరిస్తారు.

ఈ వైవిధ్యం స్ట్రీట్‌వేర్‌ను మరింత సౌకర్యవంతంగా మరియు సహనంతో ఉంచుతుంది. ఇది అన్ని వ్యక్తులకు తమ వ్యక్తిగత శైలిని కనుగొనడానికి మరింత అవకాశాలను అందిస్తుంది.

సస్టైనబిలిటీ

స్ట్రీట్‌వేర్ యొక్క భవిష్యత్తులో, ఇది మరింత సస్టైనబుల్‌గా ఉంటుందని అంచనా. స్ట్రీట్‌వేర్ బ్రాండ్‌లు తమ ఉత్పత్తులను ఉత్పత్తి చేయడానికి మరింత సుస్థిరమైన పద్ధతులను ఉపయోగించడం కొనసాగిస్తాయి.

ఈ సస్టైనబిలిటీ ప్రయత్నాలు పునర్వినియోగమయ్యే మరియు పునర్వినియోగమయ్యే పదార్థాలను ఉపయోగించడం, నీటిని ఆదా చేయడం మరియు న్యాయమైన వ్యాపారా పద్ధతులను ఉపయోగించడం వంటి వాటిని కలిగి ఉంటాయి.

స్ట్రీట్‌వేర్ యొక్క భవిష్యత్తు కోసం అవకాశాలు

స్ట్రీట్‌వేర్ యొక్క భవిష్యత్తు కోసం అనేక అవకాశాలు ఉన్నాయి.

వైవిధ్యం

స్ట్రీట్‌వేర్ యొక్క భవిష్యత్తులో వైవిధ్యం కూడా ముఖ్యమైన పాత్ర పోషిస్తుంది. స్ట్రీట్‌వేర్ ప్రపంచంలోని అన్ని వ్యక్తుల అవసరాలను తీర్చాలి. ఇది వివిధ జాతి, మత, లింగ మరియు

లైంగిక ఆధారిత జాతుల వ్యక్తులను చేర్చడం ద్వారా సాధించవచ్చు.

సామాజిక బాధ్యత స్ట్రీట్‌వేర్ కమ్యూనిటీలో మీ ముద్ర వేయడం

స్ట్రీట్‌వేర్ అనేది ఒక స్వేచ్ఛా-స్వభావం గల దుస్తులు శైలి, ఇది సౌకర్యం మరియు వ్యక్తిగత వ్యక్తీకరణను ప్రోత్సహిస్తుంది. ఈ శైలి ప్రపంచవ్యాప్తంగా ప్రజాదరణ పొందింది మరియు వివిధ సంస్కృతులు మరియు ప్రాంతాల నుండి వచ్చిన వ్యక్తులను ప్రభావితం చేస్తుంది.

స్ట్రీట్‌వేర్ కమ్యూనిటీ సామాజిక బాధ్యతకు ప్రాముఖ్యతనిస్తుంది. ఈ కమ్యూనిటీలోని చాలా మంది వ్యక్తులు వారి దుస్తుల ద్వారా సమాజానికి తిరిగి ఇవ్వడానికి కట్టుబడి ఉన్నారు.

సామాజిక బాధ్యత స్ట్రీట్‌వేర్ కమ్యూనిటీలో మీ ముద్ర వేయడానికి కొన్ని మార్గాలు ఇక్కడ ఉన్నాయి:

- సామాజిక సమస్యలపై అవగాహన పెంపొందించండి. స్ట్రీట్‌వేర్ దుస్తులను ఉపయోగించి, మీరు సామాజిక సమస్యలపై అవగాహన పెంపొందించవచ్చు మరియు చర్యకు పిలుపునివ్వవచ్చు. ఉదాహరణకు, మీరు హింసకు వ్యతిరేకంగా అవగాహన పెంచడానికి ఒక టీ-షర్ట్ను రూపొందించవచ్చు లేదా పర్యావరణ పరిరక్షణ గురించి అవగాహన పెంచడానికి ఒక స్నీకర్‌ను విడుదల చేయవచ్చు.

- సామాజిక సంస్థలకు మద్దతు ఇవ్వండి. మీరు స్ట్రీట్‌వేర్ దుస్తులను ఉపయోగించి, మీరు సామాజిక సంస్థలకు మద్దతు ఇవ్వవచ్చు. ఉదాహరణకు, మీరు మీ దుస్తుల విక్రయాల నుండి ఆదాయాన్ని ఒక నిర్దిష్ట సామాజిక

సంస్థకు దానం చేయవచ్చు లేదా మీ దుస్తులపై సామాజిక సంస్థ యొక్క లోగోను ముద్రించవచ్చు.

- ఫ్రీసాఫ్ట్‌వేర్ కమ్యూనిటీలో మీ సమయాన్ని లేదా నైపుణ్యాలను స్వచ్ఛందంగా ఇవ్వండి. మీరు ఫ్రీసాఫ్ట్‌వేర్ కమ్యూనిటీలో మీ సమయాన్ని లేదా నైపుణ్యాలను స్వచ్ఛందంగా ఇవ్వడం ద్వారా మీ ముద్రను వేయవచ్చు.

- ఒక కొత్త ఫ్రీసాఫ్ట్‌వేర్ ప్రాజెక్ట్‌ను ప్రారంభించండి. మీకు ఏదైనా సాఫ్ట్‌వేర్‌ను అభివృద్ధి చేయాలనే ఆలోచన ఉంటే, దానిని ఉచిత మరియు ఓపెన్ సోర్స్‌గా చేయండి. ఇది ప్రపంచానికి మరింత మంచిని చేయడానికి మరియు ఫ్రీసాఫ్ట్‌వేర్ కమ్యూనిటీకి మీ సహకారాన్ని అందించడానికి ఒక గొప్ప మార్గం.
- ఒక ఉన్నత ప్రాజెక్ట్‌కు సహాయం చేయండి. ఫ్రీసాఫ్ట్‌వేర్ కమ్యూనిటీలో అనేక ప్రాజెక్ట్‌లు ఉన్నాయి. మీరు ఇప్పటికే అభివృద్ధిలో ఉన్న ఒక ప్రాజెక్ట్‌కు సహాయం చేయడానికి మీరు ఆసక్తి కలిగి ఉండవచ్చు. ఇది మీ నైపుణ్యాలను అందించడానికి మరియు ఫ్రీసాఫ్ట్‌వేర్ కమ్యూనిటీకి మీ సహకారాన్ని అందించడానికి ఒక గొప్ప మార్గం.

చివరి ఆలోచనలు మరియు స్ఫూర్తి

చివరి ఆలోచనలు మరియు స్ఫూర్తి అనేవి ఒక వ్యక్తి యొక్క జీవితం యొక్క ముగింపులో వచ్చే ఆలోచనలు మరియు భావాలు. ఇవి వ్యక్తి యొక్క జీవితం యొక్క అర్థం, వారి అనుభవాలు మరియు వారు వదిలిపెట్టే వారసత్వం గురించి ఆలోచించడానికి ప్రేరేపిస్తాయి.

చివరి ఆలోచనలు మరియు స్ఫూర్తి వ్యక్తిగతమైనవి మరియు వ్యక్తి యొక్క జీవితం మరియు నమ్మకాలపై ఆధారపడి ఉంటాయి. అయితే, కొన్ని సాధారణ ఆలోచనలు మరియు భావాలు ఉన్నాయి, వీటిని అనేక మంది వ్యక్తులు వారి చివరి రోజులలో అనుభవిస్తారు.

కొన్ని సాధారణ చివరి ఆలోచనలు మరియు స్ఫూర్తి:

- అర్థం: నా జీవితం ఏమిటి? నేను ఏమి సాధించాను? నేను ఎవరికైనా ప్రభావం చూపానా?
- అనుభవాలు: నా జీవితంలో నాకు వచ్చిన అన్ని అనుభవాలు. నాకు ఏమి నచ్చింది మరియు ఏమి నచ్చలేదు?
- వారసత్వం: నేను వదిలిపెట్టేది ఏమిటి? నేను ఎవరిపై ప్రభావం చూపాను?

చివరి ఆలోచనలు మరియు స్ఫూర్తి వ్యక్తిని వారి జీవితాన్ని పునఃపరిశీలించడానికి మరియు వారి వారసత్వంపై ఆలోచించడానికి ప్రేరేపిస్తాయి. ఇవి వ్యక్తిని వారి జీవితంలో గొప్ప విషయాలను గుర్తుచేయడానికి మరియు వారి ప్రియమైన వారితో ఎక్కువ సమయం గడపడానికి ప్రేరేపిస్తాయి.

చివరి ఆలోచనలు మరియు స్ఫూర్తి యొక్క కొన్ని ఉదాహరణలు:

- ఒక వ్యక్తి తన జీవితంలో చేసిన ప్రేమ మరియు సహాయం గురించి ఆలోచించవచ్చు. వారు తమ కుటుంబం మరియు స్నేహితులపై వారు వదిలిపెట్టే వారసత్వం గురించి ఆలోచించవచ్చు.

- మరొక వ్యక్తి తమ జీవితంలో ఎదుర్కొన్న సవాళ్లు మరియు వాటి నుండి ఎలా బయటపడ్డారో గుర్తుచేసుకోవచ్చు. వారు వారి బలం మరియు పట్టుదల గురించి గర్వపడవచ్చు.

- మూడవ వ్యక్తి తమ జీవితంలో ఏమి సాధించాలనుకుంటున్నారో గుర్తుచేసుకోవచ్చు. వారు వారి కలలను సాధించడానికి వారు చేసిన ప్రయత్నాల గురించి ఆలోచించవచ్చు.

చివరి ఆలోచనలు

మన జీవితంలో చివరి ఆలోచనలు ఏమిటో ఊహించడం కష్టం. అయితే, కొన్ని సాధారణ అంశాలు ఉన్నాయి. ఒక సాధారణ ఆలోచన ఒకరి ప్రియమైనవారి గురించి ఉంటుంది. మనం ప్రేమించే మరియు మనకు తెలుసు వారు మనకు ఎప్పటికీ దూరంగా ఉండబోతున్నారు అనే ఆలోచన మనకు బాధ కలిగిస్తుంది. మరొక సాధారణ ఆలోచన మన జీవితంలో మనం చేసిన పనుల గురించి ఉంటుంది. మనం మన జీవితాన్ని గొప్పగా జీవించామా లేదా మనం మరింత చేయగలవామని అనుకున్నామా అనే ఆలోచన మనకు బాధ కలిగిస్తుంది.

చివరి స్ఫూర్తి

మన జీవితంలో చివరి స్ఫూర్తి ఏమిటో కూడా ఊహించడం కష్టం. అయితే, కొన్ని సాధారణ అంశాలు ఉన్నాయి. ఒక సాధారణ స్ఫూర్తి మనం ప్రేమించే మరియు మనకు తెలుసు వారు మనకు ఎప్పటికీ దూరంగా ఉండబోతున్నారు అనే ఆలోచన నుండి వస్తుంది. మనం వారిని గర్వపడేలా చేయాలనే ఆలోచన మనకు శక్తిని ఇస్తుంది. మరొక సాధారణ స్ఫూర్తి మన జీవితంలో మనం చేసిన పనుల గురించి ఉంటుంది. మనం మన జీవితాన్ని గొప్పగా జీవించామా లేదా మనం మరింత చేయగలవామని అనుకున్నామా అనే ఆలోచన మనకు మార్పు చేయడానికి స్ఫూర్తిని ఇస్తుంది.

చివరి ఆలోచనలు మరియు స్ఫూర్తి ప్రతి వ్యక్తి యొక్క జీవితంలో ఒక ముఖ్యమైన భాగం. అవి వ్యక్తిని వారి జీవితాన్ని విలువైనదిగా మరియు అర్థవంతమైనదిగా గడపడానికి ప్రేరేపిస్తాయి

www.ingramcontent.com/pod-product-compliance
Lightning Source LLC
LaVergne TN
LVHW020435080526
838202LV00055B/5203
* 9 7 8 8 1 1 9 8 5 5 5 2 0 *